या पुस्तकासंबंधी मान्यवरांचे प्रशंसोद्गार

‘एक स्वस्थ, सर्वोत्तम आणि योगदान देणारं जीवन जगण्याचा मार्ग ब्रायन ट्रेसी यांनी आपल्याला दाखवला आहे.’

– **पॅट्रिशिया फ्लिप, नॅशनल स्पीकर्स असोसिएशनच्या माजी अध्यक्ष आणि ‘गेट व्हॉट यू वॉन्ट’ या पुस्तकाच्या लेखिका**

‘नकारात्मकतेपासून सुटका कशी करून घ्यायची, प्रत्येक परिस्थितीमध्ये सकारात्मकता कशी शोधायची आणि स्वतःला एक आशावादी, सर्वोत्तम कार्य करणारी यशस्वी व्यक्ती म्हणून कसं घडवायचं हे या पुस्तकात सांगितलं गेलं आहे.’

– **जॅक कॅनफिल्ड, सीईओ, जॅक कॅनफिल्ड कंपनीज**

‘ब्रायन ट्रेसी यांनी पुन्हा एकदा कमाल केली आहे. नकारात्मकतेला सकारात्मकतेमध्ये बदलण्यासाठी हे एक उत्तम पुस्तक आहे. असं हे जीवन बदलून टाकणारं पुस्तक वाचण्यासाठी सज्ज व्हा.’

– **पॅट विल्यम्स, वरिष्ठ व्हॉइस प्रेसिडेंट, ओरलँडो मॅजिक आणि लीडरशीप एक्सीलेंस या पुस्तकाचे लेखक**

‘नकारात्मक विचारांपासून मुक्त होऊन स्वतःला पूर्णपणे सकारात्मक व्यक्ती कसं घडवायचं ते, हे अनोखं प्रेरणादायी पुस्तक आपल्याला सांगतं.’

– **हार्वे मॅके, न्यू यॉर्क टाइम बेस्टसेलर ‘स्विम विथ द शार्क्स विदाऊट बिईंग इटन अलाइव’ या पुस्तकाचे लेखक**

‘जर तुमच्या भूतकाळातल्या आठवणी, तुमच्या भविष्यातल्या स्वप्नांपेक्षा मोठ्या असल्या तर हे पुस्तक वाचा आणि आपल्या जीवनाचा कायाकल्प होताना बघत अत्याधिक आनंद आणि उत्साह अनुभवा.’

– **टॉड डंकन, टाइम ट्रॅप्सचे न्यू यॉर्क टाइम्स बेस्टसेलिंग लेखक**

‘ज्या लोकांना खरोखरीच आपल्या सीमांचं उल्लंघन करायचं आहे आणि आपल्या स्वप्नातल्या जीवनाकडे मार्गस्थ व्हायचं आहे, त्या सर्वांसाठी हे पुस्तक वाचणं अनिवार्य आहे. विचारांना चालना देणारं हे पुस्तक प्रेरणादायक आहे. तुम्ही हे पुस्तक वाचून त्यातल्या महान सिद्धान्तांचा उपयोग केला पाहिजे.’

– **जॉन असाराफ, बेस्टसेलिंग लेखक आणि कार्यक्षम प्रशिक्षक**

‘ब्रायन ट्रेसी यांचं आणखी एक सर्वोत्तम पुस्तक! यश प्राप्त करून घेण्याच्या वैयक्तिक जबाबदारीसाठीचं हे हँडबुक आहे. हे वाचा. त्यातून जे शिकाल ते अमलात आणा. आपल्या भावनांवर विश्वास ठेवा.’

– **बिल बॅकरॅक, सीएसपी, सीपीएई, ‘व्हॅल्यूज बेस्ड फायनान्शियल प्लॅनिंग’चे लेखक आणि ‘हाई ट्रस्ट लीडरशीप’चे सहलेखक**

‘प्रत्येक दशकामध्ये बुद्धिमत्ता भारीत असं एक प्रभावशाली पुस्तक प्रकाशित होत असतं. तुमच्या जीवनात कशाही प्रकारची परिस्थिती असली तरी त्यात परिवर्तन घडवून ते यशस्वी करण्यासाठी ब्रायन आणि क्रिस्टीना यांनी या पुस्तकाच्या रूपानं पैलू पाडलेला एक झळाळता हिरा घडवला आहे. ते गुंतागुंत सोडवून अशक्य ते शक्य करून दाखवतात.’

– **डेनिस वेटली, ‘सीड्स ऑफ ग्रेटनेस’चे लेखक**

आव्हानांशी सामना कसा करावा?

आयुष्यातल्या आणि कार्यक्षेत्रातल्या नकारात्मकतेला सकारात्मकतेमध्ये परिवर्तित करण्याचे १२ प्रभावी उपाय

ब्रायन ट्रेसी

आणि क्रिस्टीना ट्रेसी स्टाईन

अनुवाद : इंद्रायणी चव्हाण

MANJUL

मंजुल पब्लिशिंग हाउस

First published in India by

MANJUL

Manjul Publishing House

Corporate and Editorial Office
· 2nd Floor, Usha Preet Complex, 42 Malviya Nagar,
Bhopal 462 003 – India

Sales and Marketing Office
·C-16, Sector 3, Noida, Uttar Pradesh 201301, India
Website: www.manjulindia.com

Distribution Centres
Ahmedabad, Bengaluru, Bhopal, Kolkata, Chennai,
Hyderabad, Mumbai, New Delhi, Pune

Marathi translation of *Kiss That Frog*
by Brian Tracy & Christina Tracy Stein

Kiss That Frog: 12 Great Ways To Turn Negatives Into Positives In your Life And Work by Brian Tracy & Christina Tracy Stein – Marathi edition

First published by Berrett-Koehler Publishers, Inc., San Francisco, CA, USA.

This edition first published in 2024

ISBN: 978-93-5543-521-7

Marathi translation: Indrayani Chavhan

Printed and bound in India by Repro India Limited

'माझी जीवनज्योत असलेली माझी पत्नी बार्बारा हिच्यासाठी!
क्रिस्टीना, मायकल, डेविड आणि कॅथरीन या माझ्या प्रिय
मुलांसाठी, जे आता आत्मसन्मान आणि प्रचंड आत्मविश्वासासह
जगणाऱ्या प्रौढांचं सजीव उदाहरण ठरले आहेत. आयुष्यभर
बिनशर्त प्रेमाचा अखंड वर्षाव होत असेल, तरच हे शक्य होतं.'

– ब्रायन ट्रेसी

'माझे पती डॅमन यांना, जे माझ्यावर निर्विवाद प्रेम करतात आणि
माझा आधार होऊन मला प्रोत्साहित करत असतात. त्याबरोबरच
ज्यूलिया, विल आणि स्कारलेट या माझ्या लाडक्या मुलांना,
ज्यांच्यामुळे माझा प्रत्येक दिवस काही शिकवण
देणारा प्रेमानंदाचा प्रवास ठरतो.'

– क्रिस्टीना ट्रेसी स्टाईन

अनुक्रमणिका

परिचय

बेडूक आणि राजकुमारी

तुम्ही या पृथ्वीतलावर आला आहात ते आयुष्यात काहीतरी छान करण्यासाठी, आनंद उपभोगण्यासाठी, मजा करण्यासाठी आणि छानशी नाती जोडत उत्तम आरोग्य, सर्वांगीण समृद्धी आणि पूर्ण समाधान मिळवण्यासाठी. मग तुम्ही हे तुमच्या स्वप्नातलं आयुष्य का जगत नाही?

जर तुम्हाला तुमच्या आनंदाची किंवा दुःखाची, यशाची किंवा अपयशाची, काही मिळवण्याची किंवा गमावण्याची कारणं जाणून घ्यायची असतील, तर एकदा जवळच्या आरशात डोकावून बघा. त्या आरशात तुम्हाला दिसणाऱ्या व्यक्तीविषयी तुम्ही कोणत्या प्रकारचे विचार करता यावर प्रामुख्यानं तुमचं आयुष्य कसं असेल हे ठरत असतं. तुम्ही त्या व्यक्तीविषयीचे, अर्थात स्वत:विषयीचे विचार बदलले की तुमचं आयुष्यही बदलून जातं... अगदी लगेचच!

''चांगलं किंवा वाईट असं काही नसतं. ते आपल्या विचारांवर अवलंबून असतं.''
विल्यम शेक्सपिअर

परीकथा

कोणे एके काळी एका दुष्ट चेटकिणीनं, एका देखण्या राजकुमाराला शाप दिला आणि त्याचं रूपांतर एका ओंगळवाण्या बेडकात करून टाकलं.

जर एखाद्या राजकुमारीनं त्या बेडकाचं चुंबन घेतलं, तरच त्याला त्याचं मूळ देखणं रूप परत मिळणार होतं. तोच त्याचा उ:शाप होता आणि तसं कधीच घडणार नाही याची चेटकिणीला खात्री होती.

त्याच दरम्यान, एक सुंदर राजकुमारी तिच्या स्वप्नातल्या राजकुमाराला भेटण्यासाठी आसुसलेली होती. एखादा देखणा राजकुमार यावा आणि त्याच्याशी आपला विवाह व्हावा असं तिला वाटत होतं. पण, तिच्या आयुष्यात तसं काही घडतच नव्हतं. एक दिवस ती एका वनात, तळ्याच्या काठी फिरत होती. तिथेच एक कुरूप बेडूक उड्या मारत बागडत होता. राजकुमारी तळ्याच्या काठी बसली आणि आपल्या स्वप्नातल्या राजकुमाराच्या विचारात हरवून गेली. तेवढ्यात तो बेडूक उडी मारून तिच्या जवळ आला आणि तिच्याशी बोलू लागला.

''खरं तर आपण बेडूक नसून एक देखणे राजकुमार आहोत आणि राजकुमारीनं आपलं चुंबन घेतलं तर आपण पुन्हा राजकुमार होऊन राजकुमारीशी विवाह करू आणि आयुष्यभर तिच्यावर प्रेम करू,'' असं त्या बेडकानं राजकुमारीला सांगितलं.

अर्थात, बेडकाचं चुंबन घ्यायचं ही कल्पनाच विचित्र होती. तरीही राजकुमारीनं नाखुशीनं का होईना- पण, आपला सगळा धीर एकवटला आणि त्या बेडकाच्या ओठांचं चुंबन घेतलं.

आणि काय आश्चर्य! बेडकानं सांगितल्याप्रमाणे तत्काळ त्याचं रूपांतर एका देखण्या राजकुमारात झालं. राजकुमारानं आपला दिलेला शब्द पाळत राजकुमारीशी विवाह केला आणि ते दोघं सुखानं नांदू लागले.

कथासार

बहुतेक प्रत्येक व्यक्तीच्या मनात अनेक धारणा पक्क्या झालेल्या असतात, असं दिसून आलं आहे. मग त्या धारणाच व्यक्तीला तिच्या आयुष्यातलं खरं समाधान मिळवण्यापासून, खऱ्या अर्थानं स्वस्थ, आनंदी राहण्यापासून आणि येणाऱ्या प्रत्येक नव्या दिवसाचं स्वागत उत्साहानं आणि आशेनं करण्यापासून रोखत असतात.

मग, तुमच्या आयुष्यातली सर्व संभावित सुखं प्राप्त करून घेण्यासाठी आधी ज्याचा स्वीकार करायला हवा असा एखादा 'बेडूक' तुमच्या

आयुष्यात आहे का? अर्थात, तुमच्या आयुष्यात असे काही नकारात्मक अनुभव आहेत का ज्यांचा स्वीकार करून, ते समजून घेता येतील? आणि त्यांचा सकारात्मक उपयोग करून, स्वत:मधल्या क्षमता ओळखून स्वत:ला एक यशस्वी व्यक्ती म्हणून घडवता येऊ शकेल?

आपल्याला सर्वांना काय हवं आहे?

मानवी जीवनाचं सर्वोच्च ध्येय म्हणजे आनंदानं जगणं आणि मानसिक शांती मिळवणं. प्रत्येक सर्वसामान्य व्यक्तीला प्रेम, आनंद, समाधान आणि परिपूर्णता या सकारात्मक भावनांचा अनुभव घेत जगायचं असतं.

माणूस आणि त्याला अपेक्षित असलेलं आनंदी जीवन या दोन्हींमध्ये, त्या माणसाच्या स्वत:विषयीच्या आणि इतरांविषयीच्या नकारात्मक मानसिक धारणा हाच सर्वांत मोठा अडसर असतो, हेच कदाचित मानसशास्त्रातलं आणि वैयक्तिक अपेक्षापूर्ती संबंधीचं आतापर्यंतचं महान संशोधन असेल. जेव्हा तुम्ही 'बेडकाचा स्वीकार' करायला शिकता, म्हणजेच आलेल्या प्रत्येक अनुभवात आणि भेटलेल्या प्रत्येक व्यक्तीत काही सकारात्मक आणि उपयुक्त शोधण्याची सवय लावून घेता, तेव्हाच तुम्ही यशाच्या सर्व शक्यता पडताळून पाहू शकता.

अठ्ठावन्न देशांमधल्या पाच लाखांहून अधिक व्यक्तींशी केलेल्या पाच हजार चर्चा आणि परिसंवाद (ब्रायनद्वारे केल्या गेलेल्या) तसंच मानसाशास्त्र आणि समुपदेशनासाठी केलेल्या हजारो तासांच्या कामावर (क्रिस्टीनाद्वारे केल्या गेलेल्या) आधारित असलेल्या या पुस्तकामध्ये तुम्हाला नकारात्मक विचारांना तत्काळ सकारात्मक विचारांमध्ये बदलण्याच्या आणि आयुष्यातल्या प्रत्येक समस्येचं रूपांतर कोणत्या ना कोणत्या लाभदायक गोष्टीत करण्याच्या अनेक साध्या, तरीही अत्यंत प्रभावी पद्धती आणि तंत्रं शिकायला मिळतील. संपूर्ण आत्मविश्वास प्राप्त करून घेऊन एक असामान्य जीवन जगण्यासाठी आपल्यातल्या सर्व क्षमतांचा सहज वापर कसा करायचा हे तुम्हाला समजेल.

जगभरातल्या करोडो लोकांना या पुस्तकातल्या उपायांचा आणि धोरणांचा फायदा झालेला आहे. तसाच तो तुम्हालाही होईल. चला तर, सुरू करू या.

१

तुमच्याविषयीची सात सत्यं

आनंदानं, समाधानानं, मजेत आणि उत्साहात जगणं ही मानवाची नैसर्गिक वृत्ती असते. त्यासाठी रोजच्या दिवसाचा आरंभच अशा नैसर्गिक भावनांनी व्हायला हवा. तुम्ही स्वत:वर आणि तुमच्या आयुष्यातल्या लोकांवर खूश असावं. आपण आपल्या कामाचा आनंद घेत आहोत आणि त्याद्वारे जीवनात बदल घडवण्यात काही योगदान देत आहोत, याचं मोठं समाधानही मिळवायचं आहे आणि या सकारात्मक भावना जास्तीतजास्त वेळ टिकून राहाव्यात अशा पद्धतीनं तुम्ही तुमच्या आयुष्याचं व्यवस्थापन करायचं आहे.

त्याकरता तुमच्यामध्ये दडलेल्या सर्व संभाव्य क्षमतांसाठी वाट मुक्त करून देण्याचा पहिला टप्पा म्हणजे आपणही एक राजकुमारी किंवा राजकुमार आहोत, यावर गाढ विश्वास ठेवणं.

आज तुम्ही कुठे आहात आणि पूर्वी तुम्ही काय केलं किंवा काय केलं नाही, याला महत्त्व न देता एक व्यक्ती म्हणून तुम्ही स्वत:विषयीच्या सात सत्यांचा स्वीकार करणं आवश्यक आहे :

"अनेक लोक, त्यांनी जेवढं ठरवलेलं असतं तेवढेच आनंदी राहतात."

अब्राहम लिंकन

१. तुम्ही सर्वार्थानं एक 'चांगली आणि सर्वोत्तम' व्यक्ती आहात; तुमचं मूल्य आणि उपयोगिता अपरिमित आहे. तुमच्याइतकं चांगलं किंवा गुणवान असं अन्य कोणीही नाही.

पण, जेव्हा तुम्हीच स्वतःच्या चांगुलपणाची आणि स्वतःला असलेल्या महत्त्वाची शंका घेऊ लागता तेव्हा तुमच्या मनात स्वतःविषयीच प्रश्न निर्माण होतात. एक उत्तम व्यक्ती म्हणून स्वतःचा स्वीकार करू न शकण्याचं मूळ कारण स्वतःच स्वतःविषयी असमाधानी असण्यात आहे.

२. 'तुम्ही महत्त्वाचे आहात.' खरंच! अनेक अर्थांनी महत्त्वाचे आहात. प्रथम तुम्ही स्वतःसाठी महत्त्वाचे आहात. एक व्यक्ती या नात्यानं तुमचं स्वतःचं विश्व तुमच्या भोवतीच तर फिरत असतं. तुम्ही जे काही पाहत असता किंवा ऐकत असता, त्या सर्वाला तुम्ही अर्थ मिळवून देत असता. तुमच्या आयुष्यातल्या कोणत्याही गोष्टीला जोवर 'तुम्ही' महत्त्व देत नाही तोवर ती तुमच्यासाठी महत्त्वाची ठरत नाही.

तुम्ही जितके स्वतःसाठी महत्त्वाचे आहात, तितकेच तुमच्या जन्मदात्यांसाठीही महत्त्वाचे आहात. तुमचा जन्म हा त्यांच्या आयुष्यातला एक महत्त्वाचा क्षण होता. एवढंच नाही, तर तुम्ही मोठे होत असताना तुम्ही करत असलेली प्रत्येक गोष्ट त्यांच्यासाठी अर्थपूर्ण होती.

तुम्ही तुमच्या स्वतःच्या कुटुंबासाठी, तुमच्या पतीसाठी किंवा पत्नीसाठी, तुमच्या मुलांसाठी आणि तुमच्या सामाजिक परिघातील अन्य सदस्यांसाठीही महत्त्वाचे आहात. तुम्ही करत असलेल्या किंवा बोललेल्या काही गोष्टींचा त्यांच्यावर खूप मोठा परिणाम होत असतो.

त्याचप्रमाणे, तुम्ही तुमच्या कंपनीसाठी, ग्राहकांसाठी, सहकाऱ्यांसाठी आणि समाजासाठीही महत्त्वाचे आहात. तुम्ही केलेल्या किंवा न केलेल्या अनेक गोष्टींचा खूप मोठा परिणाम अन्य लोकांच्या आयुष्यवर आणि ते करत असलेल्या कामावर होत असतो.

तुम्ही स्वतःला किती महत्त्वाचे मानता, यावर प्रामुख्यानं तुमच्या आयुष्याचा दर्जा ठरत असतो. आनंदी, यशस्वी लोकांना आपल्या

महत्त्वाची आणि मूल्याची जाणीव असते. त्यांना आपण महत्त्वाचे आणि मूल्यवान आहोत असं वाटत असतं आणि ते त्याप्रमाणेच वागत असतात. त्यामुळे त्यांच्या बाबतीत तसं प्रत्यक्ष घडतही जातं.

दु:खी, निराश असणारे लोक, त्यांना स्वत:ला काहीच महत्त्व नाही, फारशी किंमत नाही- असं समजत असतात. आपण बिनकामाचे आहोत असं वाटून ते हताश झालेले असतात. आपल्यात काहीच चांगलं नाही, असं त्यांना वाटत असतं. त्यामुळे असे लोक जगापासून फटकून राहू लागतात आणि स्वत:बरोबरच इतरांनाही त्रास होईल असं वागू लागतात.

आपणही एखादा राजकुमार किंवा राजकुमारी असू शकतो, असं त्यांना मनातून वाटतच नाही.

३. 'तुमच्यामध्ये अमर्याद असे संभाव्य गुणविशेष आहेत', आणि स्वत:चं आयुष्य, स्वत:चं जग हे स्वत:च्या इच्छेअनुसार घडवण्याची क्षमता आहे. ती क्षमता एवढी जास्त आहे की तुम्ही शंभर आयुष्य जगलात तरी त्या क्षमतेचा पूर्ण वापर करू शकणार नाही.

आतापर्यंत तुम्ही जे काही मिळवलं आहे, ते म्हणजे तुम्ही खरोखरीच काय करू शकता, याची केवळ एक छोटीशी झलक आहे. आता यापुढे तुम्ही तुमची उपजत बुद्धिमत्ता आणि क्षमता जितकी विकसित करत राहाल, तितक्या तुमच्या भविष्यातल्या यशाच्या शक्यता वाढत जातील.

तुम्ही जे काही मिळवण्यासाठी सक्षम आहात ते सर्वकाही मिळवण्याकरता स्वत:मधल्या अमर्यादित क्षमतेवर असलेला तुमचा विश्वास हीच गुरुकिल्ली आहे.

४. 'तुम्ही स्वत:च, स्वत:चं जग घडवत असता', जे पूर्णत: तुमच्या विचारप्रक्रियेअनुसार आणि तुम्हाला स्वत:विषयी जे काही वाटतं त्याच्या आधारावर घडत असतं. खरं तर, तुमचं हे स्वत:ला जाणणंच वास्तवाचं रूप घेऊन समोर येत असतं आणि स्वत:ला 'जाणून' घेण्याची सुरुवात तुमच्या लहानपणीच झालेली असते. आश्चर्याची गोष्ट म्हणजे तुमच्या आनंदाच्या आणि यशाच्या आड

येणारे नकारात्मक विचार किंवा स्वतःच्या क्षमतांविषयीच्या शंका या सत्य परिस्थितीला किंवा वास्तवाला धरून नसतातच.

पण, जेव्हा तुम्ही स्वतःचा विकास रोखणाऱ्या विचारांवरच विचार करू लागता आणि आपण खरोखरीच एक अतुलनीय व्यक्ती आहोत- या विचारावर ठाम राहता तेव्हा तत्काळ तुमच्या आयुष्यात बदल घडून येऊ लागतात.

५. आपले विचार कसे असावेत आणि आपल्या आयुष्याला कोणती दिशा द्यावी हे ठरवण्याचं 'स्वातंत्र्य तुम्हाला नेहमीच' असतं. मात्र, त्यासाठी तुम्ही तुमच्या अंतर्मनावर आणि विचारांवर संपूर्ण नियंत्रण ठेवायला हवं. सकारात्मक कृतीकडे आणि त्यातून घडणाऱ्या सकारात्मक परिणामांकडे नेणारे आनंदी, समाधानी आणि ऊर्जात्मक विचार, तुम्ही मुद्दाम ठरवून करायचे आहेत. अन्यथा, तुम्ही आपोआपच स्वतःला रोखणाऱ्या आणि मागे खेचणाऱ्या आणि स्वतःच्या विकासाला वेसण घालणाऱ्या नकारात्मक विचारांच्या आहारी जाता.

तुमचं मन हे एखाद्या बगिचासारखं असतं : तुम्ही जाणीवपूर्वक सुंदर फुलांची लागवड केली नाही, तर तिथे आपोआपच तण वाढत जातं. त्याप्रमाणेच तुम्ही तुमच्या मनात जाणीवपूर्वक सकारात्मक विचारांची लागवड केली नाही, तर तिथे नकारात्मक विचारांची वाढ होत जाते.

जगात अनेक लोक दुःखी का असतात आणि त्यांना आपल्या दुःखाचं कारण का समजू शकत नाही, हे बगिचाच्या या साध्याशा रूपकावरून सहज लक्षात येईल.

६. या जगात तुम्ही 'उत्तम नशीब' घेऊन आला आहात : तुम्ही आयुष्यात काही छान करणं अपेक्षित आहे. तुमच्यामध्ये बुद्धी, कार्यक्षमता, कल्पना, दूरदृष्टी आणि अनुभव यांचा अद्भुत संगम आहे. त्यामुळे या जगात आतापर्यंत होऊन गेलेल्या सर्वांहून तुम्ही वेगळे ठरता. तुमची निर्मिती यशस्वी होण्यासाठीच केली गेली आहे आणि तुम्ही सर्वोत्तम ठरण्यासाठीच घडला आहात.

हा विचार तुम्हाला मान्य आहे की नाही, यावर तुम्ही स्वत:साठी निश्चित करत असलेल्या ध्येयाचा आकार, प्रतीकूल परिस्थितीतही सातत्य राखण्याची तुमची क्षमता, तुमच्या यशाची उंची आणि एकंदरीतच तुमच्या आयुष्याची दिशा या सर्व गोष्टी ठरत असतात.

७. तुम्ही तुमच्या विचारांना आणि कल्पनाशक्तीला मर्यादांमध्ये बंदिस्त केलं नाही तर तुम्ही काय करू शकता, काय होऊ शकता किंवा काय मिळवू शकता- यालाही काही 'मर्यादा असत नाही.' स्वत:विषयी वाटणाऱ्या शंका आणि भय हेच तुमचे सर्वांत मोठे शत्रू असतात. त्यात बहुतेक करून स्वत:विषयीचे नकारात्मक विचार असतात आणि ते वास्तवाला धरून असतातच, असं नाही. पण तरीही जोवर तुम्ही ते विचार खरे की खोटे हे समजून घेत नाही तोवर वर्षानुवर्षं तुम्ही ते विचार मनात पक्के धरून ठेवता.

'द टेम्प्टेस्ट'मध्ये शेक्सपिअरनं लिहून ठेवल्याप्रमाणे, 'जे घडून जातं ती प्रस्तावना असते.' तुमच्या आयुष्यात पूर्वी जे काही घडून गेलेलं आहे ते म्हणजे भविष्यातल्या तुमच्या पुढच्या सुंदर आयुष्यासाठीची तयारी- अर्थात 'प्रस्तावना' असते.

एक नियम लक्षात ठेवा : 'तुम्ही कुठून आलेले आहात हे महत्त्वाचं नसतं; पण, तुम्ही कुठे जात आहात हे मात्र खूप महत्त्वाचं असतं.'

मायकेल अँजेलोचा डेव्हिड

इटलीमधल्या फ्लोरेन्स इथल्या 'गॅलरी ऑफ ॲकेडमी'मध्ये मायकेल अँजेलोनं घडवलेलं 'डेव्हिड' हे शिल्प, अनेक जाणकारांच्या मते जगातलं सर्वाधिक सुंदर शिल्प आहे.

मायकेल अँजेलोला एकदा विचारलं गेलं की, त्यानं इतकं सुंदर शिल्प कसं घडवलं? त्या प्रश्नाचं उत्तर देताना त्यानं सांगितलं की एक दिवस सकाळच्या वेळी तो आपल्या स्टुडिओकडे जात असताना त्याचं लक्ष कडेच्या रस्त्याकडे गेलं. तिथे त्याला एक प्रचंड मोठा संगमवरवरी दगड पडलेला दिसला. तो दगड अनेक वर्षांपूर्वी पर्वतावरून गडगडत खाली आलेला होता. आता त्याच्या बाजूनं बरंच गवत आणि झुडपं उगवली होती.

खरं तर मायकेल अँजेलो अनेकदा त्या रस्त्यानं ये-जा करत असे. पण त्या दिवशी तिथे थांबून त्या संगमरवरी दगडाभोवती त्यानं बऱ्याच फेऱ्या मारल्या आणि त्या दगडाचं निरीक्षण केलं. अचानक त्याच्या लक्षात आलं की, त्याला करायला दिलेल्या एका पुतळ्यासाठी त्याला जसा दगड हवा होता अगदी तसाच हा दगड होता. त्यानं तो दगड आपल्या स्टुडिओत आणला आणि तिथे त्या दगडावर जवळपास चार वर्षं काम करून त्यातून 'डेव्हिड' घडवला.

त्या पुतळ्याला प्रसिद्धी मिळाल्यावर एक दिवस मायकेल अँजेलो म्हणाला, ''तो दगड पाहिल्या-पाहिल्याच मला त्यामध्ये डेव्हिड दिसला होता. त्यानंतर त्या दगडातून केवळ डेव्हिड बाहेर येईपर्यंत दगडातला डेव्हिडशिवायचा अन्य भाग काढून टाकणं एवढंच माझं काम होतं.''

ही तुमचीच कथा आहे

अगदी तसंच, तुम्हीसुद्धा संगमरवरी पाषाणात बंदिस्त झालेला एक डेव्हिड असू शकता. त्यामुळे स्वत:ला आपल्यातल्या संभाव्य क्षमतांसह शक्य तितकं उत्तम घडवेपर्यंत आपल्या जडणघडणीच्या आड येणारी विविध प्रकारच्या भीती, शंका, असुरक्षितता, नकारात्मक भावना आणि स्वत:विषयीच्या खोट्या धारणा दूर करणं हेच तुमच्या आयुष्यातलं मोठं ध्येय हेच असेल.

'किस दॅट फ्रॉग' ही वृत्ती बाळगणं आणि परिस्थिती कशीही असली तरी त्यातल्या प्रत्येक प्रतिकूल घटकाला प्रयत्नपूर्वक अनुकूल करून घेता येईल असा एखादा सकारात्मक घटक शोधणं आणि आपल्यासाठी 'देखणा राजकुमार किंवा राजकुमारी', अर्थात, उत्तम संधी प्राप्त करून घेणं हेच तुमचं काम आहे.

तर मग तत्काळ निश्चय करा की तुम्ही तुमच्या आयुष्यात अधिकाधिक आनंद आणि यश प्राप्त करून घेण्यासाठी स्वत:तल्या क्षमतांना वाट मुक्त करून देणार आहात आणि तुमच्या आत खोलवर दडलेलं तुमचंच असाधारण व्यक्तिमत्त्व धारण करणार आहात. या जगात तुम्हाला जी उत्तम कार्यं करण्यासाठी धाडलं गेलं आहे, ती सर्व कार्यं तुम्ही सफळ संपूर्ण करणार आहात. ते कसं करायचं याविषयी या पुस्तकात तुम्ही पुढे वाचणार आहात.

आता हे करा

तुमच्या वैयक्तिक क्षमतांविषयीच्या किंवा तुमच्या परिस्थितीविषयीच्या ज्या नकारात्मक भावना आणि स्वत:ला मर्यादित करणाऱ्या ज्या धारणा तुम्हाला पुढे जाण्यापासून रोखत आहेत, त्या ओळखा. मग स्वत:ला विचारा, ''जर त्यांच्यात काही तथ्य नसेल तर?''

आयुष्यात तुम्हाला जे काही हवं आहे ते सर्व मिळवण्यासाठी आवश्यक असलेले सर्व गुण आणि क्षमता तुमच्याकडे असती तर? जर तुम्हाला काही मर्यादाच नसती तर? जर तुम्हाला यशाची खात्री असती तर तुम्ही स्वत:साठी कोणती ध्येयं निश्चित केली असती आणि आजपासून तुम्ही कोण कोणत्या वेगळ्या गोष्टीची सुरुवात केली असती?

२

देखण्या राजपुत्राची कल्पना करा

आपलं लग्न कोणाशीही व्हावं असं स्वप्न राजकुमारीनं कधीच पाहिलं नव्हतं. प्रत्येक बाबतीत आदर्श ठरेल असा एक देखणा राजपुत्र आपल्याला भेटावा, अशी तिची स्पष्ट कल्पना होती. मग विचार करा, तुमच्या कार्यक्षेत्रात किंवा वैयक्तिक आयुष्यात तुमच्या कल्पनेतला देखणा राजकुमार किंवा देखणी राजकुमारी कोण आहे?

खऱ्या अर्थानं आनंदी आणि समाधानी होण्यासाठी आपण स्वत:साठी कशा प्रकारचं आदर्श व्यक्तिमत्त्व घडवायचं आहे आणि आपल्याला नक्की कशा प्रकारचं आयुष्य जगायचं आहे याची स्पष्ट कल्पना तुम्हाला असायला हवी. समजा, तुम्ही तुमच्या परीनं शक्य तितकी, जास्तीतजास्त चांगली व्यक्ती असता, तर तुमच्यामध्ये कोणते गुण असते आणि कोणती वैशिष्ट्यं असली असती?

''कधीही छोटी स्वप्नं बघू नका. कारण, छोट्या स्वप्नांमध्ये माणसाच्या हृदयाला हात घालण्याची ताकद नसते.''

वूल्फगँग व्हॉन गटे

मानसशास्त्र अभ्यासकांनी सर्वार्थानं कार्यक्षम असलेल्या आणि स्वत:चं वास्तव समजून घेणाऱ्या व्यक्तींचं वर्णन करताना असं म्हंटलं आहे की, या व्यक्ती खऱ्या अर्थानं आनंदी, वैयक्तिक आणि

सामाजिक स्तरावर अंतर्बाह्य शांत, आत्मविश्वासू, सकारात्मक, प्रभावी व्यक्तिमत्त्वाच्या, निवांत, आपल्यातल्या क्षमतांचा पूर्ण उपयोग करून घेत असल्याची खात्री बाळगणाऱ्या, कृतज्ञ, ऊर्जावान आणि आयुष्यावर प्रेम करणाऱ्या असतात. नजीकच्या काळात स्वत:चं व्यक्तिमत्त्व अशा प्रकारे घडवणं हे जर तुमचं सर्वोच्च ध्येय असेल तर त्यासाठी हे पुस्तक तुम्हाला अवश्य मार्गदर्शन करेल.

जादूची कांडी वापरण्याचा सराव

'जादूची कांडी' वापरण्याचा सराव करा. जेव्हा तुम्ही तुमच्या भविष्याचा विचार कराल तेव्हा कल्पना करा की तुम्ही जादूची कांडी फिरवता आहात आणि तुमचं आनंदी असणं किंवा निराश होणं हे ज्यांच्यावर जास्तीतजास्त अवलंबून असतं, अशा चार महत्त्वाच्या घटकांमध्ये बदल घडवून आदर्श आयुष्य घडवत आहात. ते चार महत्त्वाचे घटक म्हणजे :

१. मिळकत आणि कामकाज
२. कुटुंब आणि नातेसंबंध
३. स्वास्थ्य आणि शारीरिक क्षमता
४. आर्थिक स्वावलंबन

'आदर्शवाद' हा यशस्वी व्यक्तींच्या आचरणातला एक महत्त्वाचा घटक मानला जातो. आदर्शवाद म्हणजे आपल्या आयुष्यातल्या प्रत्येक क्षेत्राच्या भविष्याविषयी स्पष्ट दृष्टिकोन राखणं. त्यासाठी 'असीमित' विचार करण्याची सवय लावून घ्या.

अशी कल्पना करा की तुम्हाला जे काही व्हायचं आहे, मिळवायचं आहे किंवा करायचं आहे त्यासाठी लागणारा वेळ आणि पैसा, मित्र आणि ओळखीपाळखी, शिक्षण आणि अनुभव तसंच बुद्धिमत्ता आणि क्षमताही भरपूर प्रमाणात तुमच्याकडे उपलब्ध आहेत. जर अशी परीस्थिती असेल तर तुम्ही तुमचं आयुष्य कशा प्रकारे जगाल?

जेव्हा तुम्ही असे आदर्श विचार करता आणि ते प्रत्यक्षात आणण्यासाठी जादूच्या कांडीची कल्पना करता तेव्हा तुम्ही तुमच्या मनाला दैनंदिन कामकाजाच्या रहाटगाडग्यातून आणि रोजच्या जबाबदाऱ्यांमधून थोडं

मोकळं करत असता. त्यासाठी 'ब्लू स्काय थिंकिंग' अर्थात 'रचनात्मक विचारमंथन' करण्याची सवय लावून घ्या. असं विचारमंथन करत राहणं हे विविध क्षेत्रांत सर्वोच्च स्थानी पोहोचलेल्या आणि यशाची उत्तुंग शिखरं काबीज केलेल्या व्यक्तींचं वैशिष्ट्य असतं.

स्वत:च्या उत्तम भविष्याची आखणी करा

'भविष्याकडून वर्तमानाकडे', अशा पद्धतीनं विचार करण्याची सवय लावून घ्या. पुढच्या पाच वर्षांमध्ये तुम्हाला काय अपेक्षित आहे याचा विचार करा आणि त्या तुलनेत आता तुम्ही कुठे आहात ते जाणून घ्या. त्यासाठी खाली दिलेल्या प्रश्नांची उत्तरं लिहा :

१. जर पुढच्या पाच वर्षांत तुमची नोकरी, कामकाज किंवा व्यवसाय उत्तम प्रकारे चालला, तर तो कसा असेल? तुमची आर्थिक कमाई किती असेल? ती परिस्थिती तुमच्या आजच्या परिस्थितीहून किती वेगळी असेल?

   मग तसं आयुष्य तुम्ही आज आत्तापासूनच का जगत नाही आणि तुमच्यासाठी असलेल्या आदर्श कारकिर्दीचा आणि कमाईचा आनंदही आजच का घेत नाही?

२. समजा, पुढच्या पाच वर्षांत तुमचं कुटुंब आणि नातेसंबंध, तुमचं घर आणि जीवनशैली तुम्हाला हवी तशी योग्य प्रकारची असली तर ती कशी असेल? आणि आजच्या तुलनेत ती किती वेगळी असेल?

   त्या प्रकारचं आदर्श घरगुती जीवन जगण्याची सुरुवात करण्यासाठी उचलावं लागणारं पहिलं पाऊल कोणतं असेल?

३. पुढच्या पाच वर्षांत तुमचं स्वास्थ्य आणि शारीरिक क्षमता उत्तम राखली गेली तर तुम्ही कसे दिसाल आणि तुम्हाला कसं वाटेल? तुमचं वजन किती असेल? दररोज किंवा दर आठवड्याला तुम्ही किती व्यायाम कराल? तुमचा आहार कसा असेल? आणि विशेषत: तुमच्या आजच्या शारीरिक रूपापेक्षा ते रूप किती वेगळं असेल?

तसं उत्तम स्वास्थ्य आणि तितकी शारीरिक क्षमता मिळवण्यासाठी तुम्ही प्रथम काय करायला सुरुवात केली पाहिजे किंवा काय करणं थांबवलं पाहिजे?

४. अखेरीस, जर पुढच्या पाच वर्षांत तुमची आर्थिक स्थिती उत्तम असेल तर तुमची संपत्ती किती असेल? तुमचा बँक बॅलन्स किती असेल आणि तुम्ही गुंतवलेल्या पैशांमधून तुमची मासिक किंवा वार्षिक कमाई किती असेल?
त्यासाठी आता प्रथम काय करायला पाहिजे?

तुमच्या दिवसाची योग्य आखणी करा

क्रिस्टीना जेव्हा एखादा दिवस तिच्या पतीसह व्यतीत करत असे तेव्हा ती त्याला नेहमी विचारत असे, ''जर आजचा दिवस तुझ्या दृष्टीनं छान घालवायचा असेल तर आपण काय करू या?'' हाच प्रश्न ती स्वत:लाही विचारत असे. मग दिवस छान पद्धतीनं व्यतीत करण्याच्या दोघांच्याही कल्पनांनुसार त्या दिवशी काही करता येईल असा उपाय त्यांनी शोधला.

आपण एकमेकांशी जमवून घेणं आवश्यक आहे हे वास्तव त्यांनी सुरुवातीलाच नाकारलं असतं तर 'छान दिवसा'विषयीच्या आपापाल्या कल्पनांवर ते अडून राहिले असते. कारण, कोणत्याही गोष्टीत काय योग्य, काय अयोग्य- याविषयी प्रत्येकाच्या व्याख्या आणि कल्पना पूर्णपणे वेगवेगळ्या असू शकतात.

एखाद्या गोष्टीचा विचार करताना आपण नेहमीच त्या अनुषंगानं येणाऱ्या बंधनांच्या आणि सीमारेषांचा विचार आधी करतो. पण, आपल्याला रोखणारं कोणीही नाही अशी कल्पना करून तुम्ही काम करत राहिल्यावर असे घडाल की ते बघून स्वत:च आश्चर्यचकित होऊन जाल.

त्यासाठी एक नियम आहे : 'काय करणं शक्य आहे हे ठरवण्याआधी तुमचा आदर्श काय आहे ते निश्चित करा.'

मग विचार करा की तुम्हाला अपेक्षित असलेल्या आदर्श भविष्यासाठी आजपासून सुरू करता येईल असं काय आहे?

आता हे करा –

मोठी स्वप्नं बघा. प्रथम तुम्हाला स्वत:साठी कशा प्रकारचं आदर्श व्यक्तिमत्त्व प्राप्त करून घ्यायचं आहे आणि तुम्हाला कशा प्रकारचं आयुष्य जगायची इच्छा आहे त्याची स्पष्ट व्याख्या करा.

तुमचं कामकाज, कुटुंब आणि नातेसंबंध, स्वास्थ्य आणि शारीरिक क्षमता, आर्थिक परिस्थिती या सर्व गोष्टींमध्ये चांगला बदल करण्यासाठी तुमच्याकडे एक जादूची कांडी आहे; अशी कल्पना करा आणि मग विचार करा की या सर्व गोष्टी ठीकठाक करण्यासाठी तुम्ही त्यामध्ये काय सुधारणा घडवाल?

‘असीमित’ विचार करण्याची सवय लावून घ्या. ‘ब्लू स्काय थिंकिंग’द्वारे दैनंदिन समस्यांमधून सुटका करून घ्या.

काय शक्य आहे हे ठरवण्याआधी तुमच्यासाठी काय आदर्श आहे ते निश्चित करा.

स्वत:चं आयुष्य पूर्णपणे नियंत्रित करण्यासाठी तुम्हाला अपेक्षित असलेल्या आदर्श भविष्याची आखणी करा.

चोवीस तासांत पूर्ण करता येईल असं एखादं ध्येय निश्चित करून ते ठरल्या वेळेत पूर्ण केलं तर त्याचा तुमच्या आयुष्यावर खूपच सकारात्मक परिणाम घडेल.

आदर्श आयुष्याच्या जडणघडणीला आरंभ करण्याच्या दृष्टीनं जे काही करावं लागेल त्यातल्या निदान एका गोष्टीचा संकल्प आजच करा.

३

तुमच्या आयुष्यातील परिस्थितिरूपी बेडकाशी सामना करा

जेव्हा त्या सुंदर राजकुमारीला एका ओलसर, गुळगुळीत, थंडगार, कुरूप बेडकाचं चुंबन घ्यायला सांगितलं गेलं तेव्हा ते करायचं की नाही याचा निर्णय तिनंच घ्यायचा होता. त्या वेळी ती राजकुमारी एकटेपणाचं दु:खी जीवन जगत होती. पण तसंच दु:खात जगत राहायचं की, पुढे काय होईल याची काहीच खात्री नसतानाही धाडस करून बेडकानं दिलेलं आव्हान स्वीकारायचं, हा निर्णय तिनंच घ्यायचा होता.

आपल्या सर्वांच्याच आयुष्यात एखादी समस्या असते. कधीकधी अनेक समस्या असू शकतात. आपल्या आयुष्यातले समस्यारूपी बेडूक म्हणजे आपल्या आसपासचे नकारात्मक विचारांचे लोक, आव्हानात्मक परिस्थिती आणि भूतकाळातले काही दु:खद अनुभव, वर्तमान समस्या, तसंच आपल्या मनातल्या शंका आणि पुढे जाण्यापासून स्वत:ला रोखणाऱ्या काही धारणा असतात. तुम्हाला या सर्व बंधनांमधून मुक्त होऊन पुढे जायचं असेल तर वाटेत पत्करावे लागणारे धोके आणि

"Denial ain't just a river in Egypt." – (इथे 'द नाईल' अर्थात इजिप्तमधली नदी आणि 'डिनायल' अर्थात अस्वीकार, अशी शाब्दिक कोटी केलेली आहे.)

मार्क ट्वेन

काही गोष्टींप्रतिची वचनबद्धता अशा काही समस्यारूपी बेडकांशी सामना करावा लागतो.

वास्तवाला सामोरे जा

काही वेळा परिस्थितीला सामोरं जाताना ती परिस्थिती परीकथेतल्या बेडकासारखीच गुळगुळीत, थंड आणि कुरूप आहे, हे माहीत असूनही तिचा 'स्वीकार' करण्याचा निश्चय केला जातो. तर काही वेळा तशा परीस्थितीपासून पळ काढला जातो. पण, त्यामुळे पूर्वग्रहदूषित विचार किंवा अपराधीपणाची भावना मनात घर करून राहते. काही वेळा परीस्थितीअनुसार स्वत:च्या अपेक्षांमध्ये बदल केला जातो. त्यामुळे परिस्थितीकडे वेगळ्या दृष्टिकोनातून बघितलं जाऊ शकतं. तर काही वेळा काही गोष्टींना माफ करून सोडून देणंच आवश्यक असतं. आपल्या आयुष्यातल्या विविध समस्यारूपी बेडकांना नाहीसं करण्यासाठी असे अनेक मार्ग आहेत.

मनोविज्ञान क्षेत्रामध्ये दोन प्रकारची व्यक्तिमत्त्वं सांगितली गेली आहेत : 'धैर्यवान' आणि 'पळपुटा.'

स्वत:च्या भीतीवर मात करणारे, वास्तवाला सामोरे जाणारे तसंच आयुष्यात येणाऱ्या विविध प्रकारच्या लोकांना आणि समस्यांना प्रामाणिकपणे आणि थेट हाताळणारे 'धैर्यवान' लोक हे 'पळपुट्या' लोकांपेक्षा अधिक आनंदी, अधिक प्रभावशाली आणि अधिक आत्मविश्वासू असतात.

धैर्यवान लोक त्यांना कराव्या लागणाऱ्या संघर्षासंबंधी वाटणारी भीती ओळखतात आणि ती दूर करण्याचा प्रयत्न करतात. त्यासाठी ते स्वत:च्या भावनांवर ताबा मिळवतात. त्याउलट, पळपुटे लोक काही कार्य करण्याआधीच त्याविषयी भीती बाळगून स्वत:वरचा विश्वास गमावून बसतात आणि मग आत्मविश्वासाच्या अभावामुळे पुढे जाऊ शकत नाहीत.

सुदैवानं, यावर मात करता येऊ शकते. आपल्या समोर आलेल्या समस्येपासून पळून जाण्याऐवजी किंवा मुळात आपल्याला काही समस्या आहे हेच नाकारण्याऐवजी, येणाऱ्या समस्यांना प्रामाणिकपणे सामोरं जाण्याची सवय लावून घ्यायला हवी. त्यासाठी 'समस्येचा स्वीकार करण्यापूर्वी ती समजून घेण्याचा' निश्चय करून तुम्ही स्वत:चं व्यक्तिमत्त्व अधिक सामर्थ्यशाली आणि सकारात्मक घडवू शकता.

वास्तववादी व्हा

समुपदेशन सेवेत क्रिस्टीनाला नेहमीच अशा लोकांचं समुपदेशन करण्याची वेळ येते, जे अपेक्षाभंग झाल्यामुळे सातत्यानं निराशेच्या आहारी जात असतात. एकदा एक तीस वर्षीय तरुणी तिच्याकडे समुपदेशनासाठी आली तेव्हा त्या तरुणीची तक्रार होती की ती जेव्हा वेळात वेळ काढून तिच्या आईवडिलांना भेटायला जाते, तेव्हा ते तिला पुरेसा वेळ देत नाहीत आणि त्यामुळे तिला खूप वाईट वाटतं.

आपण आईवडिलांना भेटायला गेल्यावर त्यांनी आपल्याशी कसं वागावं अशी आपली अपेक्षा असते, हे त्या तरुणीनं क्रिस्टीनाला सांगितलं आणि समुपदेशानानंतर आपल्या अपेक्षा बदलण्याचा प्रयत्न केला. आपण आपल्या अपेक्षा 'कमी' करायच्या आहेत हे एकदा ठरवून टाकल्यावर तिची निराशा गेली. एवढंच नाही, तर आईवडिलांविषयीची आपुलकीही वाढली. तिनं तिच्या समस्येकडे वेगळ्या नजरेनं बघितलं. आपल्या अपेक्षांना प्रयत्नपूर्वक मुरड घालून आपल्या भावनांवर नियंत्रण मिळवलं आणि आईवडिलांना भेटायला गेल्यावर तिला आधी जे वाटत होतं ते वाटून घेणं थांबवलं.

प्रत्येकाला कधी ना कधी प्रत्ययाला येणारं एक सत्य म्हणजे, 'माणसं कधीच बदलत नाहीत.' साधारण वयाच्या सतराव्या-अठराव्या वर्षापर्यंत माणसाचा मूळ स्वभाव आणि वृत्ती आकाराला येत-येत त्याचं व्यक्तिमत्त्व घडतं आणि उर्वरित आयुष्यभर बहुतांशी ते तसंच राहतं. म्हणूनच माणूस निराश होतो तेव्हा तो नेहमीच दुसऱ्यांना बदलण्याचा प्रयत्न करत असतो.

याचा अर्थ असा नाही की माणूस नवी कौशल्यं आणि नव्या क्षमता धारण करूच शकत नाही आणि तो जसा घडायला हवा तसा कधी घडूच शकत नाही. पण स्वत:मध्ये बदल घडवण्याची प्रामाणिक इच्छा आणि ती इच्छा पूर्ण करण्यासाठी प्रचंड मेहनत घेण्याची तयारी नसेल, तर मात्र त्याच्यामध्ये बदल घडणं अवघड असतं.

म्हणूनच महत्त्वाचं म्हणजे एखाद्या व्यक्ती अन्य एखाद्या व्यक्तीशी कायम जसं वागत आली आहे ते वागणं बदलेल अशी इच्छा किंवा आशा धरून, तुम्ही तुमचा आनंद आणि मनाची शांती गमावून बसायचं नाही. कारण, तसं कदाचित कधीच होत नाही.

वास्तवाशी सामना करा

तणाव, चिंता, नकारात्मक भावना तसंच मानसिक आणि शारीरिक आजारांचं मूळ हे प्रामुख्यानं आपल्या किंवा अन्य व्यक्तीच्या परिस्थितीचं वास्तव मान्य न करण्यात किंवा नाकारण्यात असू शकतं. नकाराच्या विरुद्ध आहे 'स्वीकार.' घरी किंवा कार्यस्थळी असणारी एखादी व्यक्ती किंवा एखादी परिस्थिती जशी आहे तशीच राहणार आहे, त्यात बदल होणार नाही हे तुम्ही जेव्हा स्वीकाराल आणि त्याप्रमाणे वागू लागाल तेव्हा त्या गोष्टींमुळे निर्माण झालेला तणाव कमी होत जाईल.

समस्या आणि वस्तुस्थिती यांत फरक करा

अनपेक्षितपणे एखादं नुकसान झाल्यावर किंवा अचानक एखादी कठीण परिस्थिती उद्भवल्यावर दिल्या गेलेल्या अयोग्य अशा 'अतिरेकी' प्रतिक्रियेमुळे अनेक नकारात्मक भावना उद्दीपित होतात. एखादी समस्या निर्माण झाली की ती समस्या नक्की काय आहे हे पूर्णपणे समजून घेण्यासाठी आणि ती कशा प्रकारे हाताळायची किंवा दूर करायची हे समजण्यासाठी, आधी त्या समस्येचं बारकाईनं विश्लेषण करणं अत्यंत आवश्यक असतं. त्याविषयी आता जाणून घेऊ या.

पहिल्यांदा सत्यस्थिती आणि समस्या यांच्यातला फरक ओळखा. हा फरक करणं अगदी सोपं असतं. 'वस्तुस्थिती' म्हणजे अशी गोष्ट– जी बदलता येत नाही. तुमचं वय ही वस्तुस्थिती आहे. हवामान ही वस्तुस्थिती आहे. काही गोष्टी या 'तशाच' असतात. त्यांच्यात बदल केला जाऊ शकत नाही. त्याला वस्तुस्थिती म्हणतात.

आनंदी राहण्यासाठीच्या अनेक गुरुकिल्ल्यांपैकी एक म्हणजे वस्तुस्थितीविषयी कधीही निराश व्हायचं नाही आणि त्यावर रागवायचंही नाही. ज्याप्रमाणे आपण निर्जीव वस्तूंवर रागवत नाही तसंच. म्हणजे जर आपण फर्निचरला धडकलो तर त्या फर्निचरवर रागवत नाही. त्याचप्रमाणे, आपण वस्तुस्थितीही राग धरायचा नाही किंवा त्यामुळे निराश व्हायचं नाही. ते फर्निचर जिथे आहे तिथे असणारच हे आपण मान्य करतो आणि त्यानुसार काळजी घेऊन त्याच्या आसपास वावरू लागतो; तसंच, आपण वस्तुस्थितीलाही मान्य करायचं आहे आणि आपलं वागणं बदलायचं आहे.

मग समस्या म्हणजे काय? समस्या म्हणजे अशी गोष्ट, जिच्या बाबतीत तुम्ही काहीतरी करू शकता. साध्य न झालेलं ध्येय म्हणजे न सुटलेली समस्या. तुमच्या मार्गातला अडथळा ही तुमची समस्या असते. तुम्ही तुमच्या बुद्धिमत्तेवर आणि कार्यक्षमतेवर लक्ष केंद्रित करून तुमच्या समस्या सोडवू शकता आणि ध्येय साध्य करून घेऊ शकता. आयुष्यात येत जाणारी आव्हानं म्हणजे समस्या. त्या सोडवतच आपल्याला पुढे जायचं असतं.

भूतकाळ आणि भविष्यकाळ

आपल्या आयुष्यात दोनच काळ असतात : भूतकाळ आणि भविष्यकाळ. वर्तमानकाळ म्हणजे या दोन काळांना जोडणारा क्षणमात्र. मग, आपण आपली वस्तुस्थिती कोणत्या काळात घालतो आणि आपल्या समस्या कोणत्या काळात घालतो?

खरं म्हणजे आपल्याला दु:ख देणाऱ्या बऱ्याच सत्य घटना 'भूतकाळात' होऊन गेलेल्या असतात. भूतकाळात घडून गेलेल्या अशा घटना म्हणजे वस्तुस्थिती. ती बदलता येत नाही. हे समजून घेणं आवश्यक आहे; कारण, भूतकाळात कधीतरी घडलेली एखादी गोष्ट आपल्या मनासारखी झाली नाही म्हणून ते वर्तमानात दु:खी आणि निराश होत असतात. पण, एखादी गोष्ट भूतकाळात झाली असली किंवा झाली नसली तरी ती आता बदलता न येणारी वस्तुस्थिती झाली आहे. त्यामुळे अशा स्थितीविषयी वाईट वाटून घेण्यात काहीच अर्थ नाही.

समस्येचं अस्तित्व वर्तमानकाळात असतं. समस्या म्हणजे एक अशी गोष्ट जिच्या बाबतीत तुम्ही काही करू शकता. इथे तुम्ही आपली बुद्धिमत्ता आणि कार्यक्षमता यांचा एकत्रित वापर करून वेगळा परिणाम साधण्यासाठी प्रयत्न करू शकता. म्हणजेच वर्तमानकाळ तुमच्या नियंत्रणात आहे आणि वर्तमानातली समस्या तुम्ही कशी सोडवता यावर तुमचं भविष्य अवलंबून आहे.

पावसामुळे बिघडलेली सहल

समजा की, तुम्ही एखाद्या सोहळ्यासाठी गेला आहात आणि तिथे तुम्हाला एक ओळखीचा माणूस दिसतो. तुम्ही घाईघाईनं त्याच्या जवळ

जाऊन त्याला विचारता, ''काय, कसा आहेस?'' आणि तो माणूस आंबट चेहऱ्यानं उत्तर देतो, ''मी ठीक आहे, पण पूर्वी एकदा जे काही घडलं त्याबाबत मला अजूनही खूप वाईट वाटतं.''

त्यावर जरा आश्चर्यानंच तुम्ही विचारता, ''काय झालं होतं?''

तो म्हणतो, ''झालं असं की पाच वर्षांपूर्वी एकदा एका रविवारी मी माझ्या कुटुंबासह एका मस्त सहलीला जायचं ठरवलं. त्यासाठी आम्ही शनिवारीच सहलीची सगळी तयारीही केली. पण, रविवारी सकाळपासूनच आभाळ भरून आलं आणि अख्खा दिवस पाऊस कोसळत राहिला. त्यामुळे आम्हाला आमची सहल रद्द करावी लागली. त्याचं मला आजही खूप वाईट वाटतं.''

आता तुम्हाला नक्कीच असं वाटत असणार की, त्या माणसाचं डोकं तपासून घ्यायला हवं. कारण त्याचा विचार तर्कशुद्ध नाही. पाच वर्षांपूर्वी कधीतरी पावसामुळे सहल रद्द झाल्याच्या वस्तुस्थितीमुळे तो आजही कसा काय निराश राहू शकतो?

ओझ्याचे हमाल

कदाचित हास्यास्पद वाटेल, पण आज अनेक लोक भूतकाळात होऊन गेलेल्या आणि आता कधीच बदलता न येणाऱ्या एखाद्या घटनेमुळे, एखाद्या नातेवाइकावर किंवा एखाद्या कामावर चिडचिड करत असतात, निराश असतात आणि त्यामुळे ते आपलं नातं किंवा काम व्यवस्थित निभावून नेऊ शकत नाहीत. अनेक वर्षांपूर्वी एखाद्या नात्यात आलेल्या कडवटपणामुळे, एखाद्या आर्थिक गुंतवणुकीत झालेल्या नुकसानामुळे किंवा काही कारणानं पूर्ण न झालेल्या एखाद्या कामामुळे ते आजही दु:खी आणि वैतागलेले असतात.

परिस्थितीचा स्वीकार करण्याऐवजी ते भूतकाळातल्या आठवणींचं ओझं वाहत 'ओझ्याचे हमाल' होऊन जगत असतात आणि कोणी थोडीशी जरी सहानुभूती दाखवली तरी लगेच आपल्या ओझ्यातून ती आठवण बाहेर काढून तिचं प्रदर्शन करायला सज्ज असतात. (असे कोणी ना कोणी लोक एखाद्या सामाजिक कार्यक्रमात नेहमी भेटत असतात किंवा अगदी विमानामध्ये तुमच्या शेजारीही बसलेले असू शकतात.)

भूतकाळातल्या अनुभवांमधून किंवा नुकसानातून बाहेर पडण्यासाठी धडपडणाऱ्या आपल्या क्लायंट्सना समुपदेशन करताना त्यांनी इतकी वर्षं पाळलेल्या एखाद्या दुःखापासून दूर होण्यात त्यांना मदत करण्याऐवजी क्रिस्टीना त्यांना विचारत असे, ''या समस्येमध्ये/सबबीमध्ये/भावनेमध्ये गुंतून राहिल्यामुळे तुम्हाला काय फायदा होतो?'' खरं तर, हा प्रश्न खूपच प्रभावी ठरतो. आपण नेहमीच नकारात्मक भावना धरून ठेवतो. कारण, ती नकारात्मक भावनाच नवी नाती जोडण्यातले किंवा नवा व्यवसाय सुरू करण्यातले धोके पत्करत नव्यानं काही सुरू करण्यापासून आपल्याला थोपवत असते.

आनंदी, संतुलित लोकांचं प्रमुख लक्षण म्हणजे येणाऱ्या समस्यांना ते थेट भिडतात, भूतकाळातल्या घटना कधीच बदलता येणार नाहीत- या सत्याचा स्वीकार करतात; पण, त्यातून शक्य तितका बोध घेतात आणि मग स्वतःच्या वर्तमान आयुष्यामध्ये इतके व्यग्र होतात की त्यांना मागे वळून भूतकाळाचा विचार करायला वेळच मिळत नाही.

परिस्थितीचं विश्लेषण करा

नकारात्मक परिस्थितीवर नियंत्रण मिळवण्याचा एक मार्ग म्हणजे त्या परिस्थितीचं बाराकाईनं विश्लेषण करणं. ते तुम्ही 'प्रश्न विचारून' करू शकता. जेव्हा तुम्ही परिस्थितीसंबंधी प्रश्न विचारता आणि त्या प्रश्नांद्वारे परिस्थिती समजून घेता किंवा जे काही बदल घडले आहेत त्या बदलांचं कारण समजून घेता- तेव्हा तुम्ही निराश, चिडचिडे आणि वैतागलेले राहूच शकत नाही.

कोणत्याही परिस्थितीवर ताबा मिळवण्यासाठी स्वतःला विचारण्याचे चार प्रश्न असे :

१) 'नक्की काय घडलं आहे?' - या प्रश्नाचं उत्तर समजून घेताना शांत रहा. काहीही चूक होणार नाही याची काळजी घ्या. जे काही घडलं आहे त्यासाठी एखाद्या व्यक्तीला किंवा एखाद्या गोष्टीला दोष देणं टाळा. त्याऐवजी, विचारात स्पष्टता राखत परिस्थिती समजून घेण्यावर भर द्या. शांत आणि अलिप्त राहण्याचा निश्चय करा.

२) 'ते कसं घडलं आहे?' – या प्रश्नाचं उत्तर स्वत:च स्वत:ला देताना असं समजा की, तुम्ही दुसऱ्याच कोणासाठी पुरावे गोळा करत आहात; इतर कोणावर दोषारोप करण्यापेक्षा त्या पुराव्यांमधली अचूकता तुम्हाला जास्त महत्त्वाची आहे. त्या अनुषंगानं येणारे प्रश्न विचारत रहा. त्यामुळे जे घडलं आहे ते तुम्ही तपशीलानं समजून घेऊ शकाल.

३) 'काय करता येईल?' – आता भविष्यावर लक्ष केंद्रित करून आपल्या विचारांवर ताबा मिळवा आणि जे झालं त्यावर विचार करत राहण्याऐवजी पुढे काय करता येईल याचा विचार करा.

४) 'आता आपण काय करायचं आहे?' – जे घडलं त्याची चिंता करत बसण्याऐवजी किंवा पश्चात्ताप करत राहण्याऐवजी त्या परिस्थितीतून बाहेर येण्यासाठी काय करता येईल हा विचार करा आणि पुढे जात रहा.

परिस्थिती समजून घ्यायचा प्रयत्न करा

'Seveen Habits of Highly Effective People,' या आपल्या पुस्तकात स्टिफन कोव्हे यांनी म्हटलं आहे की, परिस्थिती आधी समजून घ्या आणि मग निर्णय घ्या. एखाद्या परिस्थितीविषयी काही मत बनवण्यापूर्वी आणि कोणत्याही निर्णयाप्रत येण्यापूर्वी ती परिस्थिती नीट समजून घ्या.

'टोकाचा वाईट विचार' करणं म्हणजे संकटकाळात असताना काहीतरी भयंकर वाईट होईल अशी भीती बाळगणं टाळा. बऱ्याच गोष्टी आधी वाटतात तितक्या वाईट नसतात.

'परस्परसंबंध' आणि 'कार्यकारणभाव' यांच्यात गफलत करण्याची चूक नेहमी केली जाते; तुम्ही ती करू नका. म्हणजे समजा, दोन घटना एकाच वेळी घडल्या तर त्यातल्या एका घटनेमुळे दुसरी घटना घडली, असा समज करून घेऊ नका. अशा चुकीच्या विचारामुळे घाईघाईनं तात्पर्य काढलं जातं आणि ते 'चुकीचं' ठरू शकतं. बरेचदा एकाच वेळी दोन घटना घडणं हा केवळ योगायोग असतो. त्या दोन घटनांचा एकमेकींशी काहीही संबंध नसतो.

परिस्थितीचं विश्लेषण करण्याचा मार्ग म्हणजे परिस्थितीविषयी प्रश्न विचारायला सुरुवात करणं आणि परिस्थितीची माहिती घेणं. असं केल्यामुळे काही वेळा, एखाद्या नुकसानाचं किंवा समस्येचं रूप आपल्याला वाटतं तितकं गंभीर नाही हे लक्षात येतं. बरेचदा असं होतं की जी गोष्ट आपल्याला 'समस्या' वाटते ती खरंतर इष्टापत्ती असते, आपल्या जीवनात बदल घडवून आणण्याची संधी असते.

परिस्थिती नाकारण्याऐवजी स्वीकारणं, पळ काढण्याऐवजी लढणं आणि समस्यारूपी बेडकाकडे दुर्लक्ष करत, तो फारसा त्रासदायक नाही असा गैरसमज करून घेण्याऐवजी त्याला सामोरं जाणं ही प्रभावी व्यक्तिमत्त्वाची लक्षणं आहेत. कोणत्याही संस्थेमधले जे लोक त्यांच्या कामकाजात किंवा वैयक्तिक आयुष्यात अटळ असणाऱ्या चढउतारांमध्ये सकारात्मक आणि रचनात्मक विचार करतात त्यांनाच संस्थेमध्ये मानाचं स्थान दिलं जातं.

चिंतानाशक

चिंता दूर करण्याच्या उत्तम उपायांपैकी एक म्हणजे, तुमच्या ताणतणावाला आणि काळजीला कारण ठरणाऱ्या कोणत्याही परिस्थितीसाठी 'चिंतानाशक' (Worry buster) उपयोगात आणणे.

'चिंतानाशक' पद्धत वापरण्याच्या चार पायऱ्या :

पहिली पायरी : ज्याविषयी चिंता वाटते आहे ती परिस्थिती 'स्पष्ट' समजून घ्या. तुम्हाला नक्की कशाची चिंता वाटते आहे?

बऱ्याच लोकांची चिंता संदिग्ध असते. त्यांच्या विचारांमध्ये गोंधळ असतो. जिथे अंधार असेल तिथे काहीतरी भीतिदायक असणार अशी केवळ कल्पना करून अंधाराला घाबरणाऱ्या लहान मुलांप्रमाणे हे लोकही त्यांना निश्चित माहीत नसलेल्या गोष्टींविषयी वृथा चिंता करत राहतात. अथवा, त्यांच्याकडे पुरेशी माहिती नसल्यामुळे अतिशयोक्तिपूर्ण प्रतिक्रिया देतात.

वैद्यकीय चिकित्सेमध्ये म्हंटलं जातं की, योग्य निदान होणं हे अर्धा उपचार झाल्यासारखं असतं. आपल्याला कशाची काळजी वाटते आहे ते स्पष्ट समजून घ्यावं, शक्य झालं तर ते लिहून काढावं. यामुळे नेहमीच आपल्याला आपली चिंता पूर्णपणे दूर करण्याचा उपाय सुचतो.

दुसरी पायरी : तुम्हाला ज्याविषयी चिंता वाटते आहे त्या परिस्थितीचा 'वाइटात वाईट परिणाम' काय होईल याचा विचार करा. काय आणि किती वाईट घडू शकेल?

'अस्वीकार' हेच अनेक नकारात्मक भावनांचं आणि चिंतेच्या स्थितीचं कारण असतं. परिस्थितीचं वास्तव न स्वीकारल्यामुळे अनेकांना प्रचंड तणावाला सामोरं जावं लागतं. कारण, त्यांना ती परिस्थिती मान्यच नसते. तिच्याकडे दुर्लक्ष केलं तर ती परिस्थिती बदलेल किंवा तिचं गांभीर्य कमी होईल असं त्यांना वाटत असतं. पण, अशा वागण्याचा काहीही उपयोग होत नाही.

एखाद्या समस्यापूर्ण परिस्थितीमध्ये जास्तीतजास्त वाईट काय घडू शकतं हे एकदा समजून घेतलं की जे काही वाईट होऊ शकतं ते तुम्ही केलेल्या विचारांइतकं वाईट निश्चितच नसेल, हे लक्षात येतं. कदाचित, त्यातून एखादं नातं तुटू शकेल- पण, तुमच्या जिवावर तर नक्कीच बेतणार नाही. कदाचित, काही रकमेचं नुकसान होईल; पण, त्यामुळे दिवाळं तर नक्कीच निघणार नाही आणि समजा, दिवाळं जरी निघालं तरी ती परिस्थिती म्हणजे समस्या नसून एक वास्तव असेल. त्या वास्तवाशी सामना करायलाच लागेल. त्यादरम्यान तुम्ही गमावलेला पैसा कालांतरानं एखाद्या वेगळ्या ठिकाणी, वेगळ्या प्रकारे, काही वेगळं काम करून तुम्ही पुन्हा कमवू शकाल. त्यामुळे सकारात्मक विचार करत रहा.

जर एखादी परिस्थिती आरोग्यासंबंधीच्या काही समस्येमुळे निर्माण झालेली असेल, तर ती समस्या सोडवण्याकडे पूर्ण लक्ष द्या. स्वत:ची फसवणूक करू नका. ती समस्या सोडवण्यासाठी शक्य ते सर्व उपाय करा. तज्ज्ञांच्या म्हणण्यानुसार वागा आणि सर्वोच्च शक्तीवर विश्वास ठेवा.

तिसरी पायरी : जे काही वाईट घडू शकेल त्याचा 'स्वीकार' करा. बरेचदा वाईट परिणामांच्या शक्यता समजून घ्यायचं टाळत राहिल्यामुळे मनावर ताण वाढत जातो. पण, एकदा त्या शक्यतांचा स्वीकार केला की तो ताण निघून जातो. तुम्हाला अचानक शांत आणि स्थिर वाटू लागतं. नकाराची जागा स्वीकारानं घेतली की तुम्ही बौद्धिक आणि भावनिक स्तरावर परिस्थिती नियंत्रित करू शकता.

चौथी पायरी : एकदा वाईट शक्यतांचा विचार केला की तत्काळ 'सुधारणे'च्या कामी लागा. संभाव्य नुकसान कमीतकमी व्हावं म्हणून जे काही शक्य आहे ते सर्व करा, किमतीवर नियंत्रण ठेवून तोटा कमी करा. महत्त्वाचं म्हणजे अडचणी सोडवण्यावर तुमचं लक्ष इतकं केंद्रित करा, की तुम्हाला चिंता करायला वेळच उरणार नाही.

आता हे करा

नुकत्याच झालेल्या एखाद्या नुकसानीचा विचार करा आणि स्वत:ला खालील प्रश्न विचारा. त्या प्रश्नांची उत्तरं शोधताना स्वत:चं निरीक्षण करा आणि उत्तर शोधण्याच्या प्रक्रियेदरम्यान त्या परिस्थितीकडे बघण्याच्या तुमच्या दृष्टिकोनात काही बदल घडतो का ते पहा.

नक्की काय घडलं होतं?

ते कसं घडलं होतं?

काय करता आलं असतं?

आता त्यावर काय करायला हवं आहे?

४

तळ्यातले कुरूप बेडूक काढून टाकून तळं स्वच्छ करा

आनंदी राहणं हेच तुमच्या आयुष्याचं ध्येय आहे. आनंद आणि मानसिक शांती हेच जवळपास सर्व लोकांचं आयुष्यातलं अंतिम उद्दिष्ट असतं. एक माणूस म्हणून तुमच्या यशाचं खरं मोजमाप हे तुम्ही स्वत:ला आनंदी ठेवण्यासाठी किती सक्षम आहात यावर अवलंबून असतं.

एक चांगली गोष्ट म्हणजे, आज तुम्ही स्वत:साठी आयुष्यातल्या प्रत्येक क्षेत्रात जितका आनंद आणि समाधान मिळवू शकता तितकं यापूर्वी कधीच शक्य नव्हतं. कारण, आपण आपल्या आनंदाची आणि दु:खाची कारणं पूर्वीपेक्षा आज जास्त चांगल्या प्रकारे जाणून घेऊ शकतो. आनंदासारख्या मानवी भावभावना आणि माणसाच्या वेगवेगळ्या कृती या संदर्भात मानवी मेंदूचं कार्य कसं चालतं, याची कधी नव्हे इतकी माहिती मागच्या काही वर्षांपासून आपण घेत आहोत.

आनंदी आणि समाधानी आयुष्य जगण्याची महत्त्वाकांक्षा आणि अधीरता असलेल्या विशीच्या वयातल्या ब्रायननं 'आनंद' या विषयाचा अभ्यास सुरू केला. मानसशास्त्र, तत्त्वज्ञान, धर्म आणि सफलता

'आपण जेव्हा अंगभूत क्षमतांचा पुरेपूर वापर करतो, तेव्हाच या जीवनातील सर्वोच्च यश आणि आनंद प्राप्त करतो.'

स्माइली ब्लँटन

या विषयांवरचे सांगोपांग विचार वाचण्यात आणि त्यावर संशोधन करण्यात हजारो तास खर्च केल्यावर अखेरीस त्याला अपेक्षित असलेल्या विषयाचं सखोल ज्ञान प्राप्त झालं.

मुख्य बाधा

आपण ज्या आनंदाचे अधिकारी असतो तो आनंद उपभोगण्यातली पहिली बाधा म्हणजे आपल्या मनरूपी तळ्यात उड्या मारत राहणारे 'नकारात्मक भावनांचे' बेडूक. विचारांचा स्रोत काहीही असला तरी त्यातून निर्माण होत जाणाऱ्या नकारात्मक भावनाच साधारणपणे सर्व प्रकारची दुःखं आणि निराशेचं मूळ कारण असतात. म्हणूनच जर तुम्ही तुमच्या नकारात्मक भावनांना दूर करू शकलात तर स्वतःचं संपूर्ण आयुष्य बदलून टाकू शकता.

ब्रायनलाही समजलं होतं की मन हे एखाद्या 'पोकळी'सारखं आहे. ते फार काळ रिकामं राहू शकत नाही. ज्याप्रमाणे बागेतलं तण काढून टाकलं की फुलझाडांची रोपं वाढू लागतात त्याप्रमाणेच तुम्ही तुमच्या मनातल्या नकारात्मक भावना काढून टाकल्या की मन आपोआपच आनंद, उत्साह, प्रेम आणि शांती या सकारात्मक भावनांनी भरून जाईल.

कधीकधी एखादीच नवी कल्पना किंवा एखादा नवा विचार तुम्हाला तुमच्या भूतकाळातल्या एखाद्या घटनेसंबंधी वेगळा विचार करायला उद्युक्त करतो आणि त्या घटनेशी संबंधित नकारात्मकतेतून पूर्णपणे मुक्त करू शकतो. त्यामुळे, तुम्ही पुन्हा कधीही त्या घटनेसंबंधी आधीसारखा विचार करत नाही. तुम्ही पूर्णपणे आणि कायमचे बदलून गेलेले असता.

कधीकधी नकारात्मकता सकारात्मकतेत बदलते

उदाहरणार्थ, तुम्हाला नोकरीवरून काढून टाकलं गेलं तर तुमच्यावर झालेल्या त्या अन्यायामुळे तुम्हाला तुमच्या मालकाचा राग येऊ शकतो. मग तुम्हाला एक नवी नोकरी मिळते. ती आधीच्या नोकरीपेक्षा चांगली असते. तिथे तुमच्यातल्या गुणकौशल्यांना अधिक वाव मिळतो, ज्यांच्या बरोबर काम करताना आनंद वाटेल असे सहकारी मिळतात

आणि आधीच्या नोकरीत कधी मिळाला नाही इतका जास्त आर्थिक मोबदलाही मिळतो. अशा वेळी मागे वळून पाहताना तुमच्या लक्षात येतं की, तुमच्या आधीच्या मालकानं तुम्हाला नोकरीवरून काढून तुमच्यावर अनंत उपकार करून ठेवले आहेत आणि मग त्याचा राग येण्याऐवजी तुम्हाला त्याच्याविषयी कृतज्ञता वाटू लागते.

आपल्या बाबतीत जे काही घडतं त्यातून, विशेषत: आयुष्यातल्या नकारात्मक घटनांमधून 'मोलाचा धडा घेण्याची' एक महत्त्वाची सवय लावून घ्यायला हवी. जेव्हा अनपेक्षितपणे एखादं नुकसान होतं किंवा तात्कालिक अपयश (ज्याला थंड, गिळगिळीत बेडकाची उपमा दिली जाऊ शकते) येतं, तेव्हा स्वत:च्या विचारांवर संपूर्ण नियंत्रण ठेवा आणि त्या परिस्थितीतून काय धडा घेता येईल किंवा काय लाभ मिळवता येईल याकडे लक्ष द्या. बरेचदा अशा प्रसंगांमधून आपल्याला एखादा दृष्टिकोन मिळतो, एखादी नवी कल्पना सुचते, आत्मविश्वास येतो किंवा नव्या संधी लाभतात. आतापर्यंत तुमच्या आयुष्यात आलेल्या एखाद्या मोठ्या संकटातून किंवा समस्येतून तुम्ही एखादा मूल्यवान धडा घेतला आहे का?

स्वत:च्या मनावर ताबा मिळवा

जेवढं उत्तम घडण्याची क्षमता तुमच्यामध्ये आहे तितकं स्वत:ला उत्तम घडवण्यासाठी तुम्हाला मुळातून सुरुवात करणं आवश्यक आहे. 'नियंत्रणाचा सिद्धान्त' (लॉ ऑफ कंट्रोल) सांगतो की स्वत:वर तुमचा किती ताबा आहे ते तुम्ही किती आनंदी आहात यावरून स्पष्ट होत असतं. तुम्ही स्वत:बद्दल जितके जास्त आनंदी असाल तितकं तुम्हाला स्वत:चं आयुष्य स्वत:च्या ताब्यात असल्याचं जाणवतं. तुम्ही जितके जास्त दु:खी, तितकं स्वत:चं आयुष्य, स्वत:च्या ताब्यातून निसटताना जाणवतं किंवा आपल्यावर बाह्य परिस्थितीचा आणि अन्य लोकांचा ताबा आहे असं वाटतं.

आपल्या मनावर एक तर अंतर्गत नियंत्रण असतं किंवा बाह्य नियंत्रण असतं. ते अंतर्गत नियंत्रण असेल तर आपल्याला आपलं आयुष्य पूर्णपणे स्वत:च्या ताब्यात आहे असं वाटतं. बाह्य नियंत्रण असेल तर आपलं आयुष्य परिस्थितीद्वारे, अन्य व्यक्तींद्वारे, आपल्या मालकाद्वारे, आपल्याला भरावी

लागणारी बिलं, आपलं आरोग्य यांद्वारे नियंत्रित केलं जात आहे आणि आपण त्यात काहीच बदल करू शकणार नाही असं वाटतं. ताणतणाव असण्या-नसण्यात, आनंदी किंवा दु:खी असण्यात तसंच बौद्धिक आणि मानसिक स्तरांवरच्या सर्व मानवी क्रियांमध्ये संबंधित व्यक्तीचं स्वत:वर नियंत्रण असणं किंवा नसणं हा खूप महत्त्वाचा मुद्दा आहे, हे आजच्या मानसोपचार तज्ज्ञांनी मान्य केलं आहे.

खरं म्हणजे आपण एकाच गोष्टीवर संपूर्ण नियंत्रण ठेवू शकतो. ती गोष्ट म्हणजे आपलं मन. आपण आपले विचार नियंत्रित करू शकतो. ऑशविच छळछावणीतून जिवंत परत आलेल्या व्हिक्टर फ्रँकलिन यांनी म्हटलं आहे, ''माणसाचं टोकाचं स्वातंत्र्य म्हणजे प्राप्त परिस्थितीमध्ये आपली वृत्ती कशी असावी हे ठरवणं आणि आपला मार्ग आपण स्वत:च निवडणं.''

अशा वेळी तुमचं लक्ष केवळ आपल्यातल्या सर्व प्रकारच्या नकारात्मक भावना 'काढून टाकण्यावर' केंद्रित केलं गेलं पाहिजे. सुदैवानं, कार्यक्षम सिद्ध झालेल्या अनेक पद्धतींद्वारे आणि तंत्रांद्वारे नकारात्मक भावना मनातून काढून टाकल्या जाऊ शकतात. त्यातल्या अनेक पद्धती तर अगदी काही सेकंदांमध्ये काम करतात. त्यांच्याविषयी पुढे तुम्हाला माहिती मिळेलच.

आता हे करा

ज्या वेळी एखादी परिस्थिती तुम्हाला अस्वस्थ करते, निराश करते किंवा तुमच्या मनात नकारात्मक भावना जागवते, तेव्हा त्या वेळी येणाऱ्या विचारांकडे लक्ष द्या. ती सवय आजपासूनच लावून घ्या. एक खोल श्वास घ्या आणि त्या विचारांचं अजिबात 'पोषण' करायचं नाही असा निश्चय करा. यासाठी 'इमोशनल इंटेलिजन्स'मध्ये डॅनियल गोलमन यांनी एक पद्धत सांगितली आहे. त्या पद्धतीला काही लोक 'इमोशनल स्नोबॉलिंग' असं म्हणतात. सुरुवातीला नकारात्मक भावना अगदी पुसटशा असतात. पण, तुम्ही त्यांना जितकं जास्त महत्त्व देता आणि त्यांच्याकडे जितकं जास्त लक्ष देत जाता, तितक्या त्या अधिकाधिक ठळक होत जातात. तसं होऊ नये म्हणून स्वत:ला सतत सकारात्मक विचारांमध्ये आणि सकारात्मक भावनांमध्ये गुंतवून ठेवा

आणि नकारात्मक भावनांकडे दुर्लक्ष करा. लक्षात ठेवा की, तुम्ही तुमच्या विचारांच्या नियंत्रणात आहात!

स्वत:ला आशावादी घडवा

तुमच्या मनात भावना कुठून येतात? पहिल्यांदा मनात काय येतं? विचार की भावना? वास्तविक 'भावनांच्या मागून विचार येतात,' आणि निर्णय घेण्यामागे, त्या निर्णयानुसार कृती करण्यामागे भावना असतात. आधी तुमच्या मनात एखादा विचार येतो किंवा काहीतरी नव्यानं समजतं. मग तुम्ही त्या विचाराचा नकारात्मक किंवा सकारात्मक अर्थ लावता. त्या अर्थानुसार तुमच्या मनात भावना जन्म घेऊ लागतात. त्या भावनेमुळे तुम्ही एखादी कृती करण्यासाठी किंवा प्रतिसादासाठी उद्युक्त होता.

थोडक्यात, आपलं भावनिक आयुष्य कसं असायला हवं ते तुम्ही स्वत:च ठरवायचं आहे. कारण, एखाद्या घटनेविषयी किंवा अनुभवाविषयी तुम्ही काय विचार करता यावरच तुमच्या भावना अवलंबून असणार आहेत. तुमच्या आयुष्यातल्या प्रत्येक घटनेला 'अर्थ' मिळवून देण्याचं काम तुम्हीच करायचं आहे, ते अन्य कोणीही करू शकणार नाही.

अनेक लोकांची विचारपद्धती ही stimulus-response model of behavioral psychology वर आधारित असते. एखादी विशिष्ट प्रेरक गोष्ट किंवा घटना तत्काळ दिल्या जाणाऱ्या एखाद्या विशिष्ट प्रतिक्रियेसाठी किंवा प्रतिसादासाठी कारक ठरू शकते. तुमचे बरेचसे विचार आणि भावना आपोआप निर्माण होत असतात, त्या सहजप्रवृत्तीअनुसार येत असतात आणि वर्षानुवर्षींच्या सवयीप्रमाणे तुम्ही त्यानुसार केवळ प्रतिक्रिया देत व्यक्त होत असता.

मोठे तत्त्वज्ञ, आनंदी राहणारे आणि मोठं यश प्राप्त केलेले लोक हे सर्वसामान्य लोकांपेक्षा 'वेगळ्या प्रकारे' विचार करतात आणि व्यक्त होतात. प्रभावशाली लोक एखाद्या घटनेनं लगेच उत्तेजित होऊन तत्काळ प्रतिक्रिया देत नाहीत. ते थोडा वेळ घेतात आणि जे काही चाललं आहे ते समजून घेत त्यावर काय प्रतिक्रिया देणं योग्य ठरेल याचा विचार करतात. घटना घडणं आणि त्यावर प्रतिक्रिया देणं, यादरम्यान विचार करण्याच्या काळातच त्या व्यक्तीच्या आयुष्याचा दर्जा ठरत असतो.

विचारांची शक्ती

आपल्या आयुष्यात घडणाऱ्या घटनांविषयी प्रतिक्रिया देण्यापूर्वी त्यासंबंधी सकारात्मक आणि रचनात्मक पद्धतीनं विचार करण्याची सवय लावून घेतली की मग पुढे काय करायचं याची योग्य निवड तुम्ही करू शकाल आणि अधिक चांगल्या प्रकारे निर्णय घेऊ लागाल. परिणामतः, जे लोक परिणामांचा विचार न करता तत्काळ प्रतिक्रिया देऊन मोकळे होतात त्यांच्या तुलनेत तुम्ही अधिक रचनात्मक आणि ठोस कार्य करू शकाल.

आयुष्यात मागे वळून पाहताना तुमच्या लक्षात येईल की ज्या चुका तुमच्या दुःखाचं आणि निराशेचं कारण ठरल्या आहेत त्यातल्या बऱ्याचशा चुका, तुम्ही संबंधित विषयावर पुरेसा विचार न करता घेतलेल्या निर्णयामुळे झालेल्या आहेत.

पर्यायाचा सिद्धान्त

प्रतिवस्तू योजना सिद्धान्त (Law of Substitution) अर्थात, पर्यायाचा सिद्धान्त असं सांगतो की माणूस आपल्या मनात एका वेळी केवळ 'एकच विचार' धरून ठेवू शकतो, मग तो सकारात्मक असो किंवा नकारात्मक. हा सिद्धान्त असंही सांगतो की विचार नकारात्मक असो किंवा सकारात्मक असो, तो प्रयत्नपूर्वक 'प्रतिस्थापित' केला जाऊ शकतो. म्हणजेच त्याला पर्याय देऊन तो बदलला जाऊ शकतो. आपल्याला दुःख देणारा विचार बदलून त्या जागी आपण एखादा सकारात्मक किंवा आनंददायी विचार स्थापित करू शकतो.

पेनसिल्व्हानिया युनिव्हर्सिटीचे डॉ. मार्टीन सेलिग्मन यांनी 'आशावाद' या विषयावर बावीस वर्षं संशोधन केलं. त्या संशोधनातून त्यांनी काढलेल्या निष्कर्षांमधला एक महत्त्वाचा निष्कर्ष म्हणजे माणसांचं आशावादी असणं किंवा निराशावादी असणं हे त्यांच्या 'स्पष्टीकरण पद्धती'वर अवलंबून असतं.

स्पष्टीकरण पद्धती म्हणजे एखाद्या घटनेचा 'अर्थ' लावण्याची तुमची पद्धत. प्रत्येक व्यक्तीची एखाद्या घटनेची किंवा परिस्थितीची समज आणि त्याकडे बघण्याची दृष्टी वेगवेगळी असू शकते आणि त्या समजेअनुसार किंवा दृष्टीअनुसार आपोआपच व्यक्तीच्या मनात भावना निर्माण होत

जातात. समज म्हणजे 'वास्तव.' असं म्हटलं जातं की, प्रत्येक घटनेला नेहमी तीन बाजू असतात. त्या तीन बाजू म्हणजे त्या घटनेसंबंधी पहिल्या व्यक्तीनं केलेलं कथन, दुसऱ्या व्यक्तीनं केलेलं कथन आणि वास्तवात जे घडलं ते.

तुम्ही एखाद्या घटनेचा अर्थ पुन्हा नव्यानं लावू शकता

न्यूरोलिंग्विस्टिक प्रोग्रामिंगमध्येही 'फ्रेमिंग' आणि 'रिफ्रेमिंग'चा विचार केला जातो. एखादी घटना तुमच्या दुःखाचं किंवा आनंदाचं कारण नसते. त्या घटनेला तुम्ही नकारात्मक किंवा सकारात्मक समजणं आणि त्यानुसार तुमच्या मनात संबंधित भावना निर्माण होणं हे तुमच्या आनंदाचं किंवा दुःखाचं कारण असतं. भूतकाळातल्या एखाद्या अनुभवाचा तुम्ही आता नव्यानं विचार केला तर त्याविषयीच्या भावना आता तुम्हाला पूर्णपणे बदलेल्या जाणवतील आणि जुन्या नकारात्मक भावनांमधून तुमची सुटका होईल.

उदाहरणार्थ, एखाद्या कठोर व्यक्तीशी जवळीक साधताना किंवा एखाद्या कठीण परिस्थितीला सामोरं जाताना सुरुवातीला तुम्हाला नकोसं वाटू शकतं, जसं एखाद्या थंडगार बुळबुळीत बेडकाला स्पर्श करायच्या कल्पनेनं वाटू शकतं अगदी तसं. पण, जर तुम्ही त्या गोष्टीचा पुन्हा विचार केला आणि बेडूक आपल्याला त्रासदायक ठरणाऱ्या डासांना खाऊन संपवतात, हे सत्य लक्षात घेतलं तर तुम्ही त्या बेडकाकडे एका नव्या दृष्टिकोनातून बघू शकाल.

एखाद्या गोष्टीचा पुन्हा नव्यानं विचार करणं हा मानसोपचारामधला एक महत्त्वाचा उपचार आहे. लोकांनी जर त्यांच्या प्राप्त परिस्थितीचा विचार अन्य प्रकारानं केला तर त्या परिस्थितीसंबंधातल्या त्यांच्या भावनाही पूर्णपणे बदलतात. समजा, तुम्हाला आजही तुमचं लहानपण खडतर गेल्याचं दुःख आहे. पण, त्या खडतर अनुभवांमुळेच आज तुम्ही एक चांगली व्यक्ती घडू शकला आहात, असा विचार केला तर तुमचा तुमच्या लहानपणाकडे बघण्याचा दृष्टिकोन बदलेल. त्या काळच्या कठीण परिस्थितीविषयी तुम्हाला कृतज्ञताच वाटू लागेल. कारण, तुमचं आजचं उत्तम व्यक्तिमत्त्व त्या परिस्थितीनंच घडवलं आहे.

याबाबतीत भाषेला फार महत्त्व आहे. एखाद्या घटनेचा अर्थ लावताना तुम्ही जे शब्द निवडता, त्या शब्दांमुळे सकारात्मक किंवा नकारात्मक विचार, भावना, धारणा आणि प्रतिक्रिया उद्दिपित होऊ शकतात. म्हणूनच शब्दांची निवड जपून करा.

ब्रायनची गोष्ट

ब्रायन एका गरीब घरातून आला होता. त्याच्याकडे संपत्ती आणि संधी या दोन्हींचा अभाव होता. तो कोणत्याही महाविद्यालयाचा पदवीधर नव्हता. अनेक वर्षं त्यानं भांडी घासणं, खड्डे खणणं, विहिरी खोदणं अशी मजुरीची कामं केली. विशीच्या वयात असताना तो विक्रेता झाला. तिथे त्यानं हळूहळू प्रगती केली आणि मग तो विक्री व्यवस्थापन करू लागला. तिथे त्याला आणखी यश मिळालं. तोपर्यंत त्यानं तिशी गाठली होती. त्याचं आयुष्य वळणं घेत होतं आणि त्याच्या यशाचा आलेख चढत जात होता.

भाग्य साथ देत गेलं तेव्हा एक दिवस त्यानं धीर एकवटला आणि त्याच्या स्वप्नातली कार खरेदी केली. ती दोन वर्षं जुनी कार चमकदार राखाडी रंगाची आणि आतमध्ये निळ्या कातडी गाद्या असलेली ४५० एसएल मर्सिडीज-बेंझ होती. ती कार घेण्यासाठी त्यानं त्याची जुनी कार विकून काही रक्कम रोख भरली आणि उरलेली रक्कम पुढची पाच वर्षं मासिक हप्ते देत फेडली. पण, अखेरीस त्याला खूप दिवसांपासून हवी असणारी कार मिळाली.

तो आपली कार महामार्गावर घेऊन गेला तेव्हा एक्सिलरेटरवर पाय ठेवता क्षणीच ती एखाद्या मोठ्या थोरल्या बोटीसारखी इतक्या वेगात पुढे जात असे की, वेगाचा नियम मोडल्यामुळे दंड भरावा लागू नये म्हणून त्याला वेग कमी करावा लागत असे. ब्रायननं ती भलीमोठी, वेगवान कार एक वर्षभर चालवल्यावर एक दिवस मर्सिडीज-बेंझ गाड्या दुरुस्त करणाऱ्या एका कुशल मेकॅनिककडे सर्व्हिसिंगसाठी दिली.

एक छोटा भाग

तो जेव्हा आपली कार परत घ्यायला गेला तेव्हा मेकॅनिक मारिओनं सांगितलं की त्याला कारच्या कार्ब्युरेटरमध्ये एक दोष आढळला.

आधीच्या मेकॅनिकनं कारमध्ये एक छोटा, पण, महत्त्वाचा भाग उलटा बसवला होता. त्यामुळे इंजिनमध्ये इंधन पुरेशा प्रमाणात पोहोचू शकत नव्हतं. मारिओनं तो भाग काढून टाकून तिथे नवा भाग योग्य प्रकारे बसवला. तो म्हणाला, ''आता गॅसपाइपवर जपून पाय ठेवा हं. तुम्हाला फरक जाणवेल.''

ब्रायन मुळातच आपल्या कारची खूप काळजी घेत असे. कार अगदी सहज चालते आहे हे त्याला जाणवलं आणि महामार्गावर जाताच शक्य तितक्या अधिक वेगात तो कार चालवू लागला. पण, कार चालवताना त्यानं गॅस पॅडलवर हलकेच पाऊल ठेवलं मात्र, त्याची कार एखाद्या रॉकेटसारखी पुढे झेपावली आणि अधिक वेगात जाऊ लागली. रस्त्यावरच्या एखाद्या वाहनाला धडकू नये म्हणून ब्रायनला ब्रेक्स दाबावे लागले.

त्या दिवसापासून ब्रायन जेव्हा जेव्हा त्याची मर्सिडीज चालवत असे, तेव्हा ॲक्सिलरेटरवर अगदी हलकेच पाय ठेवत असे. जरासा जोर लागला तरी पाच सेकंदांत कारचा वेग तासाला साठ मैल इतका वाढत असे आणि तो कमी करण्यासाठी त्याला तत्काळ ब्रेक्स लावावे लागत असत. कार्ब्युरेटरमधला तो एक छोटासा भाग बदलल्यामुळे एवढा मोठा फरक पडला होता.

तुमच्यामध्ये असामान्य क्षमता आहेत

तुमचं मन आणि तुमच्यातल्या संभाव्य क्षमता या एखाद्या सुंदर रचना असलेल्या मर्सिडीजसारख्या आहेत. तुमचं आयुष्य समाधानकारक असलं किंवा अगदी यशस्वी ठरत असलं तरीही तुमच्या मनरूपी तळ्याच्या तळाशी ओंगळवाण्या बेडकासारखा एखादी नकारात्मक आठवण किंवा धारणा असू शकते, जी अडथळा होऊन तुम्हाला असामान्य कार्य करण्यापासून रोखत असते. जेव्हा तुम्ही अडथळा ओळखता आणि तो दूर करता तेव्हा दहा वर्षांत होणारी प्रगती अचानकपणे केवळ काही आठवड्यांमध्ये किंवा महिन्यांमध्ये साधली जाते.

मनाच्या तळाशी लपलेले आणि तुम्हाला मागे खेचणारे ते अडथळे कसे ओळखायचे हे आपण पुढच्या प्रकरणात पाहणार आहोत. आपल्यातले ऊर्जा, उत्साह आणि इच्छा यांचे प्रचंड साठे आपल्याला हव्या त्या दिशेनं

कसे प्रवाहित करायचे ते आपण जाणून घेणार आहोत. त्याचबरोबर तुमचं आयुष्य बदलून टाकतील असे काही यशस्वी विचार आणि दृष्टिकोनही आपण समजून घेणार आहोत.

आता हे करा

ज्यामुळे अजूनही एखाद्या व्यक्तीविषयी तुमच्या मनात राग आहे अशी भूतकाळातली एखादी घटना आठवून बघा किंवा ज्यामुळे तुम्ही तुमच्या कामाचा किंवा वैयक्तिक आयुष्याचा आनंद घेऊ शकत नाही, असा एखादा नकारात्मक अनुभव असेल तर तो आठवून बघा.

आजच संकल्प करा की आपल्या भूतकाळातल्या नकारात्मक अनुभवांचा विचार करत बसण्याऐवजी त्यांचा आता नव्यानं अर्थ लावून त्यातून काही शिकायचं आहे आणि मग त्यातून बाहेर पडून आपलं संपूर्ण लक्ष आपल्या ध्येयांवर आणि भविष्यावर केंद्रित करायचं आहे.

५

गाळ काढून टाका

प्रत्येकालाच आनंदी आणि परिपूर्ण आयुष्य हवं असतं. प्रत्येकालाच आनंद, समाधान, चांगले नातेसंबंध आणि मानसिक शांती हवी असते. मग तरीही अनेक लोक स्वत:च स्वत:ला 'निराशाजनक जीवनाकडे' का घेऊन जात असतात?

आपण आधी केलेल्या चर्चेअनुसार जवळपास प्रत्येक बाबतीत नकारात्मक भावना आणि त्यामुळे आपल्या मार्गात येणाऱ्या अडथळ्यांचा मागोवा घेत गेलं तर त्यांच्या मुळाशी आनंदाचा आणि वैयक्तिक समाधानाचा अभाव, हे कारण दिसून येतं. मनाच्या तळागाळात असलेले नकारात्मक विचारांचे ओंगळवाणे बेडूक आपल्याला नकारात्मकतेत अडकवून मागे खेचत असतात.

''लोक जसे असतात तसे ते असण्यासाठी नेहमीच परिस्थितीला दोष देतात. मी परिस्थिती मानतच नाही. जे लोक या जगात वरचढ ठरतात ते त्यांना हवी तशी परिस्थिती शोधून काढतात आणि जर त्यांना अनुकूल परिस्थिती मिळाली नाही तर ते तशी परिस्थिती तयार करतात.''

-व्हिव्ही वॉरेन, (मिसेस वॉरेन्स प्रोफेशन), जॉर्ज बर्नार्ड शॉ.

लहानपणी अनुभवलेल्या, आत्मविश्वास घालवणाऱ्या टीकेमुळे आणि पुरेसं प्रेम न मिळाल्यामुळे कोवळ्या वयापासूनच मनात नकारात्मक भावना रुजू लागतात. अशी मुलं मोठेपणी आणखीनच संवेदनशील होतात

आणि त्यामुळे त्यांच्या मनात विविध प्रकारची आणखी जास्त नकारात्मकता तयार होत जाते.

लोकांना जाणवणाऱ्या नकारात्मक भावनांमध्ये प्रामुख्यानं भीती, साशंकता, चिंता, ईर्षा, मत्सर, तिरस्कार, दुःख, न्यूनगंड आणि विशेषत: इतरांशी तुलना केल्यानं येणारी अपूर्णतेची भावना यांचा समावेश असतो.

लहान मुलांवर सतत टीका करत राहिलं तर त्यांच्या मनात भीती, साशंकता आणि चिंता या भावना उत्पन्न होतात. अशा एखाद्या मुलानं कितीही चांगलं काम केलं तरी, त्याच्या पालकांचं समाधान होण्यासाठी ते पुरेसं नसतं. अनेक कुटुंबांमध्ये, पालक आपल्या पाल्याविषयी क्वचितच ममता, कौतुक व्यक्त करतात किंवा आपलं पाल्य काही कारणानं आपल्याला हवं तसं वागत नाही असं दिसलं तर लगेचच त्यांच्या मनातल्या पाल्याविषयीच्या प्रेमभावना नाहीशा होतात.

भावनांमुळे योग्य–अयोग्य समजण्याची क्षमता घटते

सर्व भावना, विशेषत: नकारात्मक भावना व्यक्तीची योग्य–अयोग्य समजण्याची क्षमता कमी करतात. नकारात्मक भावनांनी जखडलेली व्यक्ती स्पष्ट आणि तर्कसंगत विचार करू शकत नाही. नकारात्मक भावना जितक्या तीव्र असतील तितकी ती व्यक्ती वास्तवापासून दूर जात राहते आणि परिस्थितीची कारण मीमांसा करण्याची क्षमता गमावून बसते. त्यामुळे अशा व्यक्तीचं वागणं नेहमी अतार्किक आणि उपद्रवकारक असतं.

काही वर्षांपूर्वी, न्यू यॉर्क इथली लेखिका एबिगेल ट्रॅफोर्ड हिला घटस्फोटाच्या त्रासदायक प्रक्रीयेतून जावं लागलं होतं. त्या अनुभवावर तिनं 'क्रेझी टाइम' हे पुस्तक लिहिलं. घटस्फोटाच्या प्रक्रियेदरम्यानच्या दोन वर्षांत तिच्या आयुष्यात भावनिक गोंधळ माजल्यामुळे तिचं वागणं कसं विचित्र झालं होतं आणि घटस्फोटाची प्रक्रिया पूर्ण झाल्यावर ती पुन्हा कशी पूर्वीसारखी वागू लागली, हे तिनं या पुस्तकात लिहिलं आहे. त्या संपूर्ण प्रक्रियेदरम्यान तीव्र नकारात्मकतेमुळे आपलं 'डोकं फिरलं होतं', असं तिला वाटलं. भावनिक ताणतणावांमधून जाताना अनेक लोकांना असा अनुभव येत असतो. भावनांमुळे योग्य–अयोग्य समजेनासं होतं.

नकारात्मक भावनांचं मूळ

नकारात्मक भावना निर्माण होण्याची आणि त्यांमध्ये गुंतून राहण्याची पाच प्रमुख कारणं आहेत. ती कारणं अत्यंत ओंगळवाण्या बेडकांसारखी भावनांच्या खोल अंधाऱ्या तळ्यातल्या दलदलीत रुतलेली असतात. ती कारणं म्हणजे समर्थन, समज, अतिसंवेदनशीलता, निर्णयाची घाई आणि तर्कसंगतता. नकारात्मक भावनांपासून स्वत:ला दूर ठेवण्यासाठी त्या भावना मुळात कुठून सुरू होतात हे आधी जाणून घ्यायला हवं. तसं केलं तर पहिल्या टप्प्यावरच त्या भावनांना रोखता येतील आणि त्यांच्यापासून सुटका करून घेता येईल.

समर्थन करणे

नकारात्मक भावनांचं समर्थन करून तुम्ही त्यांचा बचाव करता आणि आपला इतरांवर राग धरण्याचा अधिकार बजावता. जर तुम्ही नकारात्मक भावनांचा अनुभव घेण्यासाठी सबबी शोधून त्यांचं समर्थन केलं नाही तर तुम्हाला तुमच्यामध्ये आणि इतरांमध्ये नकरात्मकता जाणवणार नाही.

जेव्हा तुम्ही एखाद्या विशिष्ट नकारात्मक घटनेसंबंधी चर्चा करत असता, तेव्हा काही ना काही कारणं शोधत तुम्ही आधीपासूनच तुमच्यातल्या नकारात्मक भावनांचं समर्थन करण्यात गुंतलेले असता. अगदी वाहन चालवत असतानाही तुम्ही मनातल्या मनात स्वत:शी बोलत असता. एवढंच नाही, तर तेव्हा तिथे उपस्थित नसलेल्या लोकांशीही मनातल्या मनातच जोरदार वाद घालत आपली बाजू पटवून देत असता. अशा समर्थन करत राहण्यामुळे तुमची रात्रीची झोपही उडते.

तुम्ही स्वत:चं जितकं जास्त समर्थन करत राहाल आणि अन्य व्यक्ती कशी चुकीची आहे, आपणच कसे बरोबर, निष्पाप आहोत आणि म्हणून आपण जे करतो आहोत ते कसं योग्य आहे; हे स्वत:ला पटवून देत राहाल तितका तुमचा राग जास्तीतजास्त वाढत जाईल आणि तुम्हाला अस्वस्थ करेल.

जे काही घडलं आहे त्यामुळे तुम्ही दुखावले गेला असाल, रागावला असाल किंवा घडलेली घटना तुमच्यासाठी अन्यायकारक असेल; तरीही

त्या अनुभवाला भावनांची जोड देण्याचं कामही तुम्हीच करणार आहात. त्यामुळे त्या अनुभवात अडकून राहायचं की त्यातून बाहेर पडायचं हे तुम्हीच ठरवायचं आहे.

समज

नकारात्मक भावना निर्माण होण्यातला दुसरा महत्त्वाचा घटक म्हणजे 'समज'. म्हणजे बरेचदा तुम्ही गोष्टी 'व्यक्तिशः' घेता. जे काही घडलं आहे ते वैयक्तिक तुमच्या बाबतीत घडलं आहे असा समज तुम्ही करून घेता.

जर तुम्ही नकारात्मक परिस्थिती स्वतःसंबंधी आहे असा समज करून घेतला नाही, तर त्या परिस्थितीसंबंधी तुमच्या मनात सकारात्मक किंवा नकारात्मक, कोणत्याही प्रकारच्या भावना निर्माण होणार नाहीत. वर्तमानपत्र वाचत असताना उत्तर चीनमध्ये आलेल्या पुरात अनेक स्त्री-पुरुष, लहान मुलं असे हजारो लोक वाहून गेले ही बातमी तुम्ही वाचली तर तुम्हाला थोडं वाईट वाटेल. पण, लगेचच त्या भावनेतून बाहेर येत तुम्ही ते पान उलटून पुढच्या पानावर जाऊन दुसरी एखादी बातामी वाचू लागाल. कारण, त्या दुर्घटनेत बळी गेलेल्या लोकांपैकी कोणालाही तुम्ही ओळखत नसता किंवा जिथे ती घटना घडली तो जगाच्या पाठीवरचा भागही तुम्हाला माहीत नसतो. त्यामुळे ती दुर्घटना तुम्ही व्यक्तिशः घेत नाही. परिणामतः ती बातमी वाचूनही तुमच्या मनात नकारात्मक भावना येत नाहीत.

याचा अर्थ, इतरांच्या दुःखाविषयी किंवा त्यांच्यावर आलेल्या संकटाविषयी तुम्हाला सहानुभूती वाटत नाही, असं नाही. तुम्हाला सहानुभूती वाटते. पण, त्यात तुमची भावनिक गुंतवणूक होत नाही. उदाहरणार्थ, समजा तुमची कोणी सहकारी तिच्या वैयक्तिक समस्यांमुळे काम नीट करू शकत नसेल तर तुम्हाला तिच्याविषयी सहानुभूती वाटेल. पण, म्हणून तिच्या जबाबदाऱ्या तुम्ही स्वतःवर ओढवून घेणं अपेक्षित नसतं. विशेषतः कामाच्या ठिकाणी आपल्या भावनांना मर्यादित ठेवणं आवश्यक असतं. दुसऱ्या कोणाच्या भावनांमध्ये स्वतःला गुंतवून न घेताही तुम्हाला सहानुभूती दाखवता येऊ शकते.

अतिसंवेदनशीलता

नकारात्मक भावना निर्माण होण्याचं तिसरं कारण म्हणजे इतरांचे आपल्याविषयी असणारे विचार, दृष्टिकोन किंवा वृत्ती याविषयी अतिसंवेदनशील असणं.

आधी सांगितल्याप्रमाणे घातक पद्धतीची टीका सहन करत आणि प्रेमाच्या अभावात वाढलेल्या मुलांमध्ये न्यूनगंडाची आणि अपूर्णतेची तीव्र भावना निर्माण होते. त्यामुळे पुढेही लोकांकडून मिळणारा प्रतिसाद आणि वागणूक याविषयी ते सतत चिंतित राहतात.

'इन सर्च ऑफ द मिरॅक्युलस', या आपल्या पुस्तकात पीटर आऊस्पेन्स्की यांनी या प्रक्रियेला 'अंतर्मुख विचार' असं म्हटलं आहे. म्हणजे, लोकांनी आपल्याला दिलेल्या वागणुकीविषयी अतिसंवेदनशील असणं किंवा एखादी व्यक्ती आपल्याविषयी नकारात्मक विचार करते आहे या कल्पनेनं निराश आणि दुःखी होणं.

अशा वेळी दुसऱ्यांकडून आलेला एखादा सकारात्मक शब्द किंवा प्रशंसेचा उद्गार त्या व्यक्तींना निराशेतून वर काढायला पुरेसा असतो आणि एखादा तिरस्कारयुक्त कटाक्षही त्यांना उद्ध्वस्त करू शकतो. बरेचदा अतिसंवेदनशील लोकांना असं वाटत असतं की लोक आपल्याला स्वीकारत नाहीत. पण प्रत्यक्षात तसं नसतं. लोकांचा सतत विचार करत राहिल्यामुळे टोकाची संवेदनशीलता असलेले असे लोक इतरांच्या परवानगीशिवाय कोणताही निर्णय घेऊ शकत नाहीत.

निर्णयाची घाई

नकारात्मक भावना निर्माण होण्याचं चौथं कारण म्हणजे निर्णयाप्रत पोहोचायची घाई. म्हणजेच लोकांविषयी लगेचच नकारात्मक विचार करण्याची वृत्ती. जेव्हा तुम्ही इतरांविषयी प्रतिकूल विचार करता तेव्हा अर्थातच, तुम्ही त्यांना कशासाठीतरी अपराधी ठरवत असता. त्यामुळे तुम्हाला त्यांच्यावर रागवण्यासाठी, त्यांच्यामुळे दुःख झालं असं म्हणण्यासाठी आणि नकारात्मक विचारांसाठी कारण मिळतं.

बायबलमध्ये (Matt. ७:१) म्हटलं आहे, ''असा कोणताही न्याय देऊ नका ज्यामुळे तुम्हाला न्याय मिळणार नाही.'' जेव्हा तुम्ही इतरांविषयी वाईट विचार करत असता तेव्हा खरं तर, तुम्ही स्वत:च्या आयुष्यात नकारात्मकतेला आणि दु:खाला आमंत्रण देत असता. ज्या निकषांवरून तुम्ही इतरांचं वागणं कसं आहे ते ठरवता त्याच निकषावरून इतर लोकही तुमचं वागणं कसं आहे ते ठरवत असतात. जेव्हा तुम्ही इतरांच्या वागण्याला प्रतिकूल ठरवत असता तेव्हा तुम्ही स्वत:ला त्यांच्याहून श्रेष्ठ दर्जा देत असता आणि त्यांना आपल्याहून कमी लेखत असता. त्यामुळे त्यांना नकारात्मक प्रतिक्रिया देण्यासाठी भाग पाडत असता.

जर तुम्ही इतरांविषयी कोणत्याही कारणानं, कोणतंही नकारात्मक मत व्यक्त केलं नाही तर तुम्हाला त्या लोकांविषयी रागही येणार नाही. एखाद्या व्यक्तीनं आपल्याला त्रासदायक असं काहीतरी केलं आहे किंवा आपल्या मनाविरुद्ध काही केलं आहे, असं जेव्हा तुम्हीच स्वत:ला पटवून देता तेव्हाच तुम्हाला त्या व्यक्तीचा राग येतो.

नकारात्मक मत व्यक्त करण्याची वृत्ती आपल्यातून काढून टाकण्यासाठी आतापासूनच संकल्प करा की, मी कोणाविषयीही, कोणत्याही कारणानं नकारात्मक मत व्यक्त करणार नाही. सुरुवातीला हे करणं कठीण जाईल. पण, सरावानं ते व्यवस्थित जमू लागेल. त्यासाठी स्वत:ला सतत आठवण करून देत रहा की प्रत्येकाला आपापल्या पद्धतीनं विचार करण्याचा आणि जगण्याचा अधिकार आहे.

आता हे करा

बरेचदा असं होतं की, एक तर आपल्याला आपल्यातली आवडत नसलेली गोष्ट दुसऱ्या व्यक्तीमध्ये दिसली की आपण मत व्यक्त करतो किंवा आपल्याला अपेक्षित असलेला पण मिळवता न आलेला आनंद, मानसन्मान दुसऱ्यानं मिळवलेला पाहिला की आपल्या मनात द्वेषभाव उत्पन्न होऊन आपण मत व्यक्त करतो. आता यापुढे जेव्हा तुम्ही एखाद्या व्यक्तीविषयी काही नकारात्मक मत व्यक्त कराल, तेव्हा ते मत कशामुळे तयार झालं याचा शोध घ्या. ज्या व्यक्तीविषयी नकारात्मक मत व्यक्त केलं, त्या व्यक्तीतली एखादी गोष्ट तुम्हाला आवडली नाही का? की

तुमच्यातही तसंच काहीतरी आहे असं वाटलं? की त्या व्यक्तीमध्ये असलेले गुण आणि तिची जीवनपद्धती तुम्हाला हवीशी वाटते आहे; पण, मिळत नाही? यावर विचार करा.

नकारात्मक मत व्यक्त करणं आणि निंदा करणं – 'नकारात्मक मत व्यक्त करणं आणि निंदा करणं' याच्या विरुद्ध आहे वैचारिक संतुलन साधणं, भावनांमध्ये न गुंतणं आणि त्या व्यक्तीपासून किंवा परिस्थितीपासून अलिप्त राहणं. बौद्ध विचारधारेअनुसार 'अलिप्त' राहण्याचा सराव करून तुम्ही अलिप्त अवस्था प्राप्त करून घेऊ शकता. शांत रहा आणि भावनांपासून अलिप्त रहा. मनानं त्या व्यक्तीपासून दूर रहा. ती व्यक्ती जशी आहे तसं तिला राहू द्या आणि तिला जे करायचं आहे ते करू द्या. तुमच्या वैयक्तिक मूल्यांच्या आधारानं किंवा तुमच्या नीतिमूल्यांनुसार त्या व्यक्तीच्या वागण्याचं मूल्यमापन करू नका. कारण, बरेचदा त्या व्यक्तीनं केलेल्या कृतीचा तुमच्याशी काहीही संबंध नसतो.

जेव्हा तुम्ही दुसऱ्यांविषयी काही मत बनवता, तेव्हा तुम्ही भावनिक झालेले असता आणि भावनांच्या आहारी गेल्यामुळे परिस्थितीचं मूल्यमापन चुकू शकतं. तुम्ही इतरांविषयी जितकी जास्त मतं बनवत राहाल आणि त्यांना दोष देत राहाल तितकी जास्त नकारात्मकता अनुभवाल. बरेचदा लोक स्वतःच्या वागण्यावर नियंत्रण ठेवण्यासाठी इतरांविषयी मतं तयार करत असतात. म्हणूनच लक्षात असू द्या की, वास्तविक जोपर्यंत आपल्या वागण्याचा इतरांवर काही नकारात्मक परिणाम होत नाही, तोपर्यंत प्रत्येकाला आपलं आयुष्य आपल्या पद्धतीअनुसार जगायचा अधिकार आहे. त्यामुळे जगा आणि जगू द्या.

तुम्ही ज्या कुटुंबात लहानाचे मोठे झालात, त्या कुटुंबात सतत काही ना काही तक्रार करत राहणारी किंवा सतत इतरांवर टीका करत राहणारी एखादी व्यक्ती असेल, तर अर्थातच तुमची अशी धारणा होऊ शकते की इतरांविषयी नकारात्मक मतं बनवणं आणि इतरांना दोष देत राहणं ही सर्वसामान्य आणि नैसर्गिक वृत्ती आहे. त्यामुळे एखादी व्यक्ती तुम्हाला न आवडणारी एखादी गोष्ट करत असताना किंवा तुम्हाला न पटणारी गोष्ट बोलत असताना त्याविषयी अलिप्त राहणं हे तुम्हाला विचित्र वाटू शकतं.

तुमचं मन अतिशय छान आहे. पण, ते एखाद्या दुधारी तलवारीसारखं आहे. त्याचा वापर तुम्ही आनंदी होण्यासाठी करू शकता आणि क्षुब्ध

होण्यासाठीही करू शकता. तुमच्या आजूबाजूला किंवा तुमच्या बाबतीत काहीही घडत असलं तरीही आपल्या बुद्धिमत्तेचा वापर करून स्वतःला स्थिर ठेवणं, नियंत्रित ठेवणं, शांत राखणं हाच तुमचा उद्देश असला पाहिजे.

तुमच्या आसपासचे लोक जेव्हा विचित्र वागत असतील, तेव्हाही त्यांच्याविषयी काही मतं बनवू नका. पण, नकारात्मक किंवा अनावश्यक बोलणाऱ्या लोकांपासून मनानं दूर रहा आणि निराश न होता किंवा त्यांच्यामध्ये भावनिक गुंतवणूक न होऊ देता अलिप्तपणे त्यांचं निरीक्षण करा.

आता हे करा

पुढचे चोवीस तास कोणाविषयीही, कोणत्याही कारणासाठी काहीही मत बनवायचं नाही, असा निश्चय करा. अलिप्त रहा. सतत दुसऱ्यांविषयी मतं तयार करत राहण्याची सवय लागल्यावर अशा प्रकारे अलिप्त राहणं किती अवघड जातं ते समजून घ्या.

इतरांविषयी मतं तयार करण्यापासून स्वतःला रोखण्याचा उत्तम उपाय म्हणजे इतरांविषयी कणव अथवा सहानुभूती बाळगणं. कारण, एखाद्याविषयी कणव वाटणं आणि त्याच वेळी त्याच्याविषयी नकारात्मक विचार करणं शक्य नसतं. त्याहीपेक्षा चांगलं म्हणजे तुम्ही त्या व्यक्तीविषयी शुभेच्छा व्यक्त करू शकता आणि तिला माफ करून ती बाब सोडून देऊ शकता. थोडक्यात काय, तर परिस्थितीवर मात करा. इतरांच्या वागण्यामुळे आपल्यावर कोणत्याही प्रकारचा दुष्परिणाम होऊ देऊ नका. तुमच्यासाठी आनंददायी ठरणारे विचार करण्यासाठी Law of substitution अर्थात पर्यायांच्या सिद्धान्ताचा उपयोग करत त्याद्वारे नकारात्मक विचार आणि इतरांविषयी मत बनवण्याची वृत्ती दूर ठेवा.

जेव्हा तुम्हाला एखाद्या विचित्र स्वभावाच्या व्यक्तीबरोबर काम करायचं असेल, तेव्हा ती व्यक्ती म्हणजे जणू एक दमलेलं, भुकेमुळे चिडचिडं झालेलं लहान मूल आहे आणि ते चिडून आदळआपट करत आहे असं समजून तिच्याशी वागा. तुम्हाला लहान मुलाचा संताप नक्कीच येणार नाही. काही मुलं काही वेळा अशीच वागतात हे तुम्ही समजून घ्याल. तुम्हाला स्वतःलासुद्धा दमल्यासारखं, ताण आल्यासारखं आणि परिस्थिती कठीण

आहे असं वाटलं तर तुम्हीही थोडा वेळ थांबा आणि स्वत:ला परिस्थितीशी जमवून घ्यायला वेळ द्या. कारण आपल्यापैकी प्रत्येकावरच कधी ना कधी अशी वेळ येत असते.

इतरांविषयी मतं बनवण्यापासून स्वत:ला रोखण्याचा आणखी एक उपाय म्हणजे, जर आपल्यावर तशी परिस्थिती आली असती तर आपणही कदाचित तसेच वागलो असतो, याची जाणीव ठेवणं. तुम्ही असं म्हणू शकता की, नशीब बरं, म्हणून त्यांच्या जागी मी नाही. तुम्हाला जसं इतरांनी तुमच्या मनाप्रमाणे जगू द्यावं असं वाटतं, तसंच तुम्हीही इतरांना त्यांच्या मनाप्रमाणे जगू द्या.

सेडोना मेथड – हेल डॉवस्कीन यांनी विकसित केलेली 'सेडोना पद्धत' म्हणजे आपल्या आयुष्यावर भावनिक नियंत्रण मिळवण्याचा एक उपाय आहे. या पद्धतीमध्ये, तुमच्या पूर्वायुष्यातल्या ज्या लोकांविषयी काही कारणानं तुम्हाला अजूनही राग आहे, त्यांना आठवायचं असतं आणि त्याचबरोबर आजही तुम्हाला दु:ख देणारी पूर्वायुष्यातली एखादी घटना आठवायची असते. त्यानंतर तुम्हाला दोन प्रश्नांची उत्तरं द्यायची असतात. पहिला प्रश्न– 'त्या परिस्थितीशी निगडित नकारात्मकतेपासून तुम्हाला मुक्त व्हायची इच्छा आहे का?' जर तुमचं उत्तर, 'हो' असेल तर दुसरा प्रश्न– 'तुम्ही ती आठवण पूर्णपणे सोडून देऊ इच्छिता का?'

आश्चर्य म्हणजे अनेक लोक त्यांच्या पूर्वायुष्यात घडून गेलेल्या नकारात्मक घटनेचा अनुभव सोडून द्यायला तयार नसतात. त्यांना वाटत असतं की, त्या अनुभवासाठी त्यांनी आपला वेळ, पैसा खर्च करून आणि दु:ख भोगून तो कमावला आहे. त्यातून त्रास करून घेणं हा त्यांना आपला अधिकार वाटतो. त्यामुळे असे अनुभव त्यांना हृदयाच्या तळाशी जपून ठेवायचे असतात.

सोडून द्यायला शिका – सेडोना मेथडच्या मार्गदर्शकांनी एक उदाहरण दिलं आहे. एक पेन्सिल हातात घ्या. ती हातात दाबून धरा. शक्य तितकी जास्त जोरात दाबून धरा.

मग पेन्सिल दाबून धरलेला हात स्वत:च्या समोर सरळ धरा. आता प्रश्न असा आहे : 'तुमच्या हातातली पेन्सिल कोणी धरली आहे?'

अर्थातच उत्तर आहे : 'ती पेन्सिल तुम्ही स्वतःच स्वतःच्या हातात खूप जोरात दाबून धरली आहे.'

पुढचा प्रश्न आहे : 'त्या पेन्सिलीपासून तुम्ही स्वतःची सुटका कशी करून घ्याल?'

उत्तर अगदी सोपं आहे : 'पेन्सिल धरलेली मूठ फक्त उघडायची आणि पेन्सिल खाली पडू द्यायची.'

आपल्या आयुष्यातून एखादी नकारात्मक आठवण कायमची काढून टाकण्यासाठी हे अगदी योग्य उदाहरण आहे. मूठ उघडून तुम्ही पेन्सिल सोडून देता, तसंच आजही तुम्हाला त्रासदायक ठरणारे नकारात्मक अनुभव सोडून देण्यासाठी हृदयाचं कवाड उघडा आणि तो अनुभव बाहेर पडून जाऊ द्या.

लक्षात ठेवा, 'तुम्हाला काय वाटायला हवं, ते अन्य कोणीही ठरवू शकत नाही.' म्हणजेच तुमचं डोकं अन्य कोणी फिरवत नाही. तुमच्या बाबतीत घडलेली कोणतीही घटना तुमच्यावर काहीही नियंत्रण ठेवत नाही. तुमच्या पूर्वायुष्यातला कोणताही प्रसंग, कोणतीही परिस्थिती किंवा कोणीही व्यक्ती तुमच्या परवानगीशिवाय तुमच्या भावना उद्दीपित करणार नाही. पूर्वायुष्यातल्या प्रसंगांचे तुम्हाला हवे तसे अर्थ लावत तुम्ही स्वतःच स्वतःला भावनांच्या कल्लोळात ढकलत असता. अन्यथा, तुमच्या मनाच्या तळाशी असलेले नकारात्मक भावनारूपी बेडूक सुप्तावस्थेत असतात. तुम्ही त्यांना विचार आणि ऊर्जा पुरवत जिवंत करत असता. नकारात्मक भावनारूपी बेडूक आजच मनातून काढून टाकण्याचा निश्चय करा आणि पुढे चला.

इतरांविषयी सहानुभूती बाळगायची सवय लावून घ्या – 'सहानुभूती' ही एक अतिशय सुंदर भावना आहे. सहानुभूती म्हणजे एखाद्या व्यक्तीची अनुभूती, आपणही अनुभवण्याची कल्पना करणं आणि त्याद्वारे त्या व्यक्तीला काय वाटत असेल ते समजून घेणं. म्हणजेच त्या व्यक्तीविषयी आणि तिच्या परिस्थितीविषयी अनुकंपा असणं. जेव्हा तुम्ही मनानं त्या व्यक्तीच्या दुःखात सहभागी होता तेव्हा तुम्ही तिच्याविषयी कोणत्याही प्रकारचा नकारात्मक विचार करू शकत नाही.

तुम्ही जेव्हा तुमच्या सुंदर मनाचा उपयोग करता आणि इतरांविषयी आपल्याकडून नकारात्मक विचार केला जाऊ नये, त्यांना सोडून देता यावं आणि पूर्वाश्रमीचं दुःख मनातून काढून टाकता यावं यासाठी कारणं शोधता

तेव्हा तुमच्या विचारांवर तुमचं पूर्ण नियंत्रण असतं. इतर व्यक्ती कशी दोषी आहे आणि तिचा धिक्कार करून तिला कशी शिक्षा केली पाहिजे हा विचार करण्याऐवजी, त्या व्यक्तीला 'निर्दोष' समजण्यासाठी कारण शोधा आणि तिला सोडून द्या.

आता हे करा

तुम्हाला अजूनही ज्यांचा राग येतो अशा सर्व लोकांची नावं एका कागदावर लिहा. तुमचं त्यांच्याबद्दलचं मत नकारात्मक असण्याचं आणि त्यांचा तुम्हाला राग येण्याचं जे कारण असेल ते त्या प्रत्येकाच्या नावापुढे लिहा. आता त्यांना दोष न देण्याची कारणं लिहा आणि त्यांना आपल्या मनातून काढून टाकून मनात साचलेला गाळ कमी करा.

आता तो कागद पेटवा आणि शिस्तीत एका ॲश ट्रेमध्ये जाळा अथवा आगीत किंवा बार्बेक्यूमध्ये फेकून द्या. पण, तो पूर्णपणे जळू द्या.

आता भविष्यात स्वातंत्र्य आणि आनंद उपभोगण्यासाठी आवश्यक असलेलं योग्य निवड करण्याचं सामर्थ्य वापरून, पूर्वायुष्यातली दुःखं आणि त्रासदायक आठवणी मनातून काढून टाका.

बुद्धिचातुर्य

बुद्धिचातुर्य म्हणजे समाजमान्य नसलेल्या एखाद्या कृतीविषयी समाजाला मान्य होईल असं स्पष्टीकरण देणं. जॉन अस्सराफ यांनी अशा बुद्धिचातुर्याला 'बुद्धिमान-असत्य' असं म्हटलं आहे.

आत्मसन्मानाचा अभाव असणे, तीव्र अहंकार असणे, यामुळे अनेक लोक आपली चूक मान्य करत नाहीत किंवा पूर्णपणे पटेल, मान्य होईल असं बोलत नाहीत. खरं तर, अगदी अट्टल गुन्हेगारही स्वतःला निष्पाप समजत असतात आणि आपण स्वतः एखाद्या व्यक्तीचे, एखाद्या घटनेचे किंवा समाजाचे बळी ठरलो आहोत असं मानतात. अशा प्रकारे, बुद्धिचातुर्यानं ते स्वतःच्या वागणुकीचं समर्थन करतात.

पीटर आऊस्पेन्स्की यांनी म्हटलं आहे की, बहुधा सर्व प्रकारच्या दुःखांचं मूळ हे 'नकारात्मक भावना व्यक्त करण्यात' आहे. नकारात्मक

परिस्थितीविषयी सतत बोलत राहणं आणि त्या आठवणी नव्यानं जाग्या करणं यांमुळे नकारात्मक भावना निर्माण होतात आणि वाढत राहतात. या अर्थानं बघितलं तर एक ठिणगी पडल्यामुळे जंगलभर पसरत आटोक्याबाहेर जाणाऱ्या वणव्याची उपमा नकारात्मक भावनांच्या उद्रेकाला देता येईल.

पण, ज्याप्रमाणे ठिणगी पडलेली दिसताच विझवली गेली तर आग लागतच नाही. त्याचप्रमाणे, नकारात्मक भावना निर्माण होताच तत्क्षणी त्या जागीच रोखली गेली तर काहीही नुकसान होत नाही.

राग: मूळ नकारात्मक भावना

कधी ना कधीतरी सर्व नकारात्मक भावना एकाच विशिष्ट भावनेत एकवटतात. ती भावना म्हणजे 'राग'. राग हा नकारात्मकतेचा अंतिम टप्पा आहे. भीती, साशंकता, ईर्षा, द्वेष आणि दुःख या सर्व भावना कालांतरानं रागामध्ये रूपांतरित होतात. हा राग जेव्हा 'आतल्याआत' राहतो तेव्हा तुम्ही शारीरिक आणि भावनिक स्तरावर अस्वस्थ होता आणि जेव्हा हा राग 'बाहेर' पडतो तेव्हा अन्य लोकांबरोबरचे तुमचे संबंध बिघडतात.

जे लोक निराश असतात, ते बघावं तेव्हा रागावलेले असतात. कारण, 'निराशा' हे आतल्याआत धुमसणाऱ्या रागाचं रूप आहे. विशिष्ट परिस्थितीविषयी आपल्याला काय वाटतं ते उघडपणे आणि स्पष्टपणे सांगता न येणं हे त्याचं कारण आहे. आत्मसन्मानाची कमतरता आणि निराशावादामुळे त्या भावनेला खतपाणी मिळतं.

'संताप' म्हणजे रागाचं व्यक्त झालेलं रूप असतं. लोकांनी केलेल्या किंवा न केलेल्या गोष्टींसाठी त्यांच्यावर शाब्दिक आणि कधीकधी तर शारीरिक हल्ल्याच्या रूपात संताप व्यक्त होतो.

अशा वेळी, आपल्या अनुभवांचं विश्लेषण करून ते समजून घ्यायला आणि त्यातून आलेल्या नकारात्मक भावनांना मोकळी वाट करून द्यायला मदत करणं, हेच मानसोपचारादरम्यानच्या समुपदेशनाचं प्रथम उद्दिष्ट असतं. आपल्याला राग का येतो हे समजून घेताना अनेक लोकांना जाणवतं की आपल्या रागाची ठिणगी दुःखामुळे पडली आहे. कोणीतरी काहीतरी केल्यामुळे किंवा न केल्यामुळे, काही बोलल्यामुळे किंवा न बोलल्यामुळे

आपल्याला दु:ख झालं आहे हे जेव्हा त्यांच्या लक्षात येतं, तेव्हा आपल्याला राग आणणारी मूळ भावना समजून घेऊन त्यातून त्यांना मोकळं होता येतं.

रागाचं मूळ

आपल्यावर कोणीतरी दबाव आणतंय, हल्ला करतंय, आपल्याला दुखवतंय किंवा आपला गैरफायदा घेतंय, ही रागाची काही प्राथमिक कारणं आहेत. रागाचं मूळ नेहमी स्वत:चा बचाव करण्यात असतं. राग आणि भीती या दोन्हींमधून 'लढा किंवा पळा', हा प्रतिसाद येत असतो. त्यामुळे ज्याच्यावर हल्ला होतो तो माणूस एक तर स्वत:ला वाचवण्यासाठी पळ काढतो किंवा हल्लेखोरावर तुटून पडतो.

रागाचा सर्वांत वाईट गुणधर्म म्हणजे राग जितका जास्त व्यक्त केला जाईल, तितका तो आटोक्याबाहेर गेलेल्या आगीसारखा वाढत जातो. खरं म्हणजे एखाद्या व्यक्तीला जितका राग येतो, तितकी ती जास्त दुखावली जाते.

मग चिडणं, रागावणं ही सवयच होऊन जाते. ती सवय इतकी टोकाला जाऊन पोहोचते की छोट्या छोट्या कारणांनीही अशा माणसांचा भडका उडतो. त्यांच्या आयुष्यातला बराचसा काळ रागातच जातो. मग त्यांना असं वाटायला लागतं की आपल्या जे वाटतं आणि आपण जसं वागतो ते अगदी नैसर्गिकच आहे.

असा राग धरून राहण्यामागे, इतरांना आपलं दु:ख कळावं आणि त्यांनी आपला त्रास समजून घ्यावा, हेच कारण असतं. अशा लोकांना काही गोष्टी नुसत्या ऐकल्यातरी वाईट वाटू शकतं किंवा राग येऊ शकतो. अशा वेळी, त्यांना शांत करणारे शब्द म्हणजे, 'तुम्हाला काय वाटत असेल ते मी समजू शकतो; मी जर तुमच्या जागी असतो तर मलाही तसंच वाटलं असतं.' चिडलेल्या माणसाला शांत करण्याचा त्वरित उपाय म्हणजे त्याच्याविषयी सहानुभूती दाखवणं. आपली वेदना कोणीतरी समजून घेतली आहे असं जाणवलं की, ते शांत होत जातात.

दोषाचा केंद्रबिंदू

रागाचं आणखी एक मूळ कारण म्हणजे 'दोष देणे'. एखाद्या केलेल्या किंवा न केलेल्या गोष्टीसाठी स्वत:ला किंवा इतरांना दोष देणं हे

सर्व प्रकारच्या नकारात्मक भावना निर्माण होण्याचं आणि त्या व्यक्त करण्यामागचं प्रमुख कारण असतं.

वास्तविक, तुम्हाला ज्या गोष्टीचा राग आला आहे त्यासाठी कोणालातरी किंवा कशालातरी दोष दिल्याशिवाय तो राग फार काळ टिकवून ठेवता येत नाही. ज्या क्षणी तुम्ही दोष देणं थांबवता त्याच क्षणी रागासारख्या नकारात्मक भावना कळ दाबून बंद केल्यासारख्या बंद होतात.

नकारात्मक भावनांवरचा उपाय सोपा असला तरीही इतका परिणामकारक आहे की, तो प्रभावी ठरतोच. वर्षानुवर्षं नकारात्मक, चिडचिडे आणि निराश असलेल्या लोकांनाही त्यांच्यातली नकारात्मकता एका साध्याशा- पण, प्रभावी निर्णयानं तत्काळ काढून टाकता येईल. तो निर्णय म्हणजे जबाबदारी स्वीकारणे.

जादूचे तीन शब्द

तुम्ही जबाबदारी कशी स्वीकाराल? फक्त एवढंच म्हणा, ''मी जबाबदार आहे.''

कोणत्याही कारणानं तुम्ही जेव्हा रागावता किंवा दु:खी होता तेव्हा त्या नकारात्मक भावना निघून जाईपर्यंत ''मी जबाबदार आहे! मी जबाबदार आहे! मी जबाबदार आहे!'' असं वारंवार म्हणत त्या भावनांची साखळी तिथल्या तिथे तत्काळ तोडून टाका. या आश्चर्यकारक उपायाचा सराव करणाऱ्या माणसाचं आयुष्य पूर्णपणे बदलून जातं.

Law of substitution अर्थात, पर्यायाच्या सिद्धान्तानुसार तुमचं मन एका वेळी केवळ एकच विचार करू शकतं. एक तर ते वैयक्तिक जबाबदारीचा सकारात्मक विचार करू शकतं किंवा इतरांवरचा राग आणि इतरांना दोष देण्याचा नकारात्मक विचार करू शकतं. पण एकाच वेळी हे दोन्ही विचार करू शकत नाही. अर्थात, तुमच्या मनानं यातला कोणता विचार करायचा हे तुमच्यावर अवलंबून असतं.

संपूर्ण विश्वातली, तुम्ही नियंत्रित करू शकता अशी एकच गोष्ट आहे आणि ती गोष्ट म्हणजे तुमचं स्वत:चं उतावळं मन. तुम्हाला त्रासदायक असणाऱ्या नकारात्मक विचाराऐवजी जर तुम्ही तुमच्या मनात, 'मी जबाबदार आहे', हा सकारात्मक विचार धरून ठेवायचं ठरवलं तर तुम्ही सकारात्मक,

आशावादी होता आणि स्वतःवर संपूर्ण नियंत्रण मिळवू शकता. कधीकधी तर अगदी काही मिनिटांतच तुम्ही स्वतःला नियंत्रित करू शकता.

होय! तुम्हीच जबाबदार आहात

सर्व नकारात्मक भावनांचं मूळ हे इतरांना दोषी ठरवण्यात असल्यानं त्याच्यावरचा उपाय अगदी सोपा आहे : इतरांना दोष देण्याऐवजी आपण स्वतःच त्या परिस्थितीची जबाबदारी स्वीकारणं.

जेव्हा तुम्ही प्राप्त परिस्थितीची 'संपूर्ण जबाबदारी' स्वीकारता, तेव्हा तुमच्या सर्व नकारात्मक भावना त्यांना ब्रेक लावल्यासारख्या तत्काळ थांबतात. 'प्राप्त परिस्थितीची जबाबदारी स्वीकारणं आणि त्याच वेळी त्या परिस्थितीमुळे चिडणं किंवा दुःखी होणं अशक्य असतं.' जबाबदारीचा स्वीकार केल्यामुळे त्या परिस्थितीशी (किंवा व्यक्तीशी) संबंधित सर्व नकारात्मकता निघून जाते आणि तुम्हाला पुन्हा भावनिक संतुलन साधणं शक्य होतं.

उदाहरणार्थ, क्रिस्टीनाचा एक क्लायंट होता. नोकरीच्या ठिकाणी सहकर्मचाऱ्यांबरोबर आणि मालकांबरोबर स्फोटक विवाद झाल्यामुळे त्यानं अनेक नोकऱ्या गमावल्या होत्या. तसा तो बरेचदा शांत असे; पण, त्याच्या मनातल्या असुरक्षिततेच्या भावनेमुळे तो मनातल्या गोष्टी स्पष्टपणे बोलत नसे, तेव्हा त्याला बोलतं करून त्याच्या मनातली निराशा उसळून बाहेर येऊ दिली गेली. मग क्रिस्टीनाकडून मार्गदर्शन घेत असताना आपल्याला नोकरी का गमवावी लागली ते समजून घेत त्या गोष्टीला आपणच जबाबदार आहोत हे त्या क्लायंटनं मान्य केलं. यापुढे त्यानं कसं वागायचं हे त्यानं आणि क्रिस्टीनानं मिळून ठरवलं. निराशा अति प्रमाणात वाढण्याच्या आत त्यानं त्याला आवश्यक वाटणाऱ्या गोष्टी आणि त्याच्या चिंता बोलून व्यक्त करायच्या, असं ठरलं आणि त्यानं स्वतःच स्वतःच्या वागण्याची जबाबदारी घेतलेली असल्यानं सध्याच्या नोकरीत तो दोन वर्षांहून अधिक काळ काम करत आहे.

नकारात्मक भावना व्यक्त न करण्याची कारणं शोधा

आपण आधीच पाहिलं आहे की, नकारात्मक भावना व्यक्त करण्यातून दुःख निर्माण होतं. मग त्या भावना स्वतःविषयीच्या असोत, इतरांविषयीच्या

असोत किंवा दोन्ही विषयीच्या असोत. जर तुम्ही नकारात्मक भावना व्यक्त केल्या नाहीत, त्याविषयी बोलला नाहीत, त्यांचा पुन्हा पुन्हा विचार केला नाहीत, तर तुम्हाला नकारात्मक वाटत नाही.

आत्ता या क्षणापासून –

पूर्वीच्या काही घटनांमुळे अजूनही एखाद्या गोष्टीविषयी आपल्याला भीती, साशंकता, ईर्षा, द्वेष, दुःख आणि राग वाटत असेल, तर ते कसं योग्य आहे हे पटवण्यासाठी आपल्या सर्जनशील बुद्धिमत्तेचा उपयोग करू नका. त्याऐवजी आत्ता या क्षणापासून आपल्या नकारात्मक भावना रोखण्यासाठी तसंच इतरांविषयी मतं बनवणं आणि समजुती करून घेणं हे टाळण्यासाठी कारणं शोधायला सुरुवात करा.

जेव्हा जेव्हा तुमच्याकडून नकारात्मक प्रतिसाद दिला जाण्यासारखी परिस्थिती उद्भवेल तेव्हा तेव्हा लगेचच, ''यासाठी मी जबाबदार आहे'', असं म्हणत राहणं ही नकारात्मक भावनांची साखळी तोडण्याचा सर्वांत प्रभावी उपाय आहे.

याविषयी अनेक लोक म्हणतात, ''एक मिनिट! इतर कोणीतरी काही भयंकर गोष्ट करून मला दुखवलं असेल तर मी त्याची जबाबदारी अजिबात स्वीकारणार नाही. अशा वेळी जबाबदारी स्वीकारणं योग्य नाही; कारण, त्यासाठी मी कोणत्याही प्रकारे जबाबदार नाही.''

तुम्ही तुमच्या प्रतिक्रिया नियंत्रित करू शकता

हे खरं असू शकतं. तुम्ही कोणाकडूनतरी लुटले गेले असाल, फसवले गेले असाल, लुबाडले गेले असाल, ठकवले गेले असाल किंवा अनेक प्रकारे दुखवले गेले असाल. तुम्ही पार्किंगच्या जागी गेले असाल आणि तिथे तुमच्या कारला कोणीतरी ठोकर मारून गेलेलं तुम्हाला दिसलं असेल. अशा प्रसंगी, कायद्यानं तुमची काहीही चूक नसते आणि त्यामुळे तुम्हाला दोष दिला जाऊ शकत नाही.

पण, जे काही घडलं असेल त्यासाठी जरी तुम्ही जबाबदार नसलात तरी 'त्यानंतर' तुमचं जे वागणं असेल त्यासाठी तुम्ही नक्कीच जबाबदार असाल. तुमच्या प्रतिक्रियेवर तुमचा पूर्ण ताबा असायला हवा. कारण, तेव्हा प्रतिक्रिया काय असावी हा पूर्णपणे तुमचा वैयक्तिक निर्णय असतो.

कोणतीही घटना तुमच्या मनात राग किंवा दु:ख निर्माण करत नसते, तर त्या घटनेतल्या दु:खद अनुभवादरम्यान तुम्ही जी प्रतिक्रिया 'निवडता', त्यामुळे तुम्ही स्वत:च स्वत:च्या मनात राग किंवा दु:ख निर्माण करत असता.

'If' या कवितेमध्ये रूडयार्ड किपलिंग म्हणतात, "लोक जेव्हा स्वत:च्या चुकांचं खापर तुझ्या डोक्यावर फोडत असतानाही तू तुझं डोकं शांत ठेवशील... तेव्हाच तू एक माणूस असशील, माझ्या बाळा."

आनंदी आणि प्रभावशाली लोकांचं लक्षण म्हणजे ते स्वत:ची इच्छाशक्ती आणि स्वयंशिस्त यांचा वापर करून स्वत:ला स्थिर राखतात आणि आसपास काहीही घडत असलं तरी स्वत:ला शांत ठेवतात. ज्यांनी तप्त वातावरणातही थंड राहण्याची कला साध्य केली आहे, असेच स्त्री-पुरुष जगात श्रेष्ठ ठरले आहेत.

लक्षात ठेवा, 'भावनांमुळे योग्य-अयोग्य समजण्याची क्षमता कमी होते'. ज्या क्षणी तुम्ही घडल्या गोष्टीसाठी इतरांना दोष देऊ लागता आणि चिडता, त्याच क्षणी तुम्ही स्पष्टपणे विचार करण्याची आणि बुद्धिमान निर्णय घेण्याची क्षमता गमावू लागता. तुम्ही तुमच्या भावनांचे गुलाम होता. त्यामुळे तुम्ही पटकन भावनाविवश होता आणि पश्चात्ताप करावा लागेल असं काहीतरी बोलून किंवा करून बसता.

यावर मात करा

लोकांचे नातेसंबंध बिघडतात तेव्हा ज्याच्याशी असलेलं नातं बिघडलेलं आहे, त्याच्यावर ते राग धरून असतात आणि कधीकधी तर तो राग त्यांचं नातं तुटल्यावरही अनेक वर्षांपर्यंत टिकून असतो. पण जेव्हा, "यासाठी मी जबाबदार आहे", असं म्हटलं जातं; आणि जे काही घडलं आहे त्याची थोडीतरी जबाबदारी आपल्यावर कशी येते हे समजून घेतलं जातं तेव्हा लक्षात येतं की, तुम्ही घेतलेले काही निर्णयच तुमचं नातं बिघडण्याचं कारण ठरले आहेत. दुसऱ्या व्यक्तीनं केलेल्या कृतीसाठी तुम्ही जबाबदार नाही; पण. नात्याच्या सुरुवातीपासून नात्याच्या शेवटापर्यंत तुम्ही जे काही बोललात किंवा जे काही केलंत त्या सगळ्यासाठी मात्र तुम्हीच जबाबदार असता. तुम्ही काही निष्पाप, अलिप्त नसता.

एखादं काम नीट झालं नाही किंवा व्यवसायाची बोलणी फिसकटली, तर तुम्ही निराश होता. पण, त्यासाठीही तुम्हीच जबाबदार असता. त्या परिस्थितीत तुम्हाला कोणी जबरदस्तीनं ढकलेलं नसतं. मुळात म्हणजे तुम्हाला विशिष्ट ज्ञान-माहिती असल्यामुळे किंवा नसल्यामुळे तुम्ही त्या परिस्थितीमध्ये असता. दुर्दैवानं, त्या गोष्टी तुमच्या अपेक्षेप्रमाणे घडल्या नसल्या तरीही त्या अनुभवामुळे पुढच्या वेळी तुम्ही अधिक सावधानतेनं आणि हुशारीनं काम करता. पण, सध्याच्या स्थितीसाठी तरी तुम्ही जबाबदार असता.

दुहेरी आग

मनोव्यापाराचा सिद्धान्त (Law of Emotions) असं सांगतो की, तुम्ही करत असलेली कृती विशिष्ट भावनांच्या आधारे ठरवली जात असते. मग ती भावना सकारात्मक असो किंवा नकारात्मक. तुम्ही ज्या भावनेचा जास्तीतजास्त विचार करता आणि जिच्याविषयी जास्तीतजास्त बोलत राहता, ती भावना वेगानं वाढत जाते आणि हळूहळू तुमच्या संपूर्ण आयुष्याचा ताबा घेऊन तुमच्या विचार प्रक्रियेला चांगल्या किंवा वाईट पद्धतीनं प्रभावित करते.

कल्पना करा की तुमच्याकडे दुहेरी आग आहे. एक आहे 'इच्छेची आग' आणि दुसरी आहे 'नकारात्मक भावनांची आग', जी पूर्वायुष्यातल्या घटनांसंबंधी असलेल्या तुमच्या धारणांवर आधारित आहे.

तुमच्यामध्ये भावनिक ऊर्जेचा निरंतर प्रवाह अर्थात 'भावनिक इंधन' उपलब्ध आहे. ते इंधन तुम्ही तुमच्याकडे असलेल्या दोनपैकी एका आगीसाठी वापरू शकता. पण, जर तुम्ही ते सर्व इंधन एकाच आगीमध्ये घातलं तर दुसरी आग कशी टिकणार?

उत्तर सोपं आहे. जर तुम्ही तुमच्याकडचं सर्व इंधन इच्छेच्या आगीसाठी वापरलं आणि सदासर्वकाळ तुम्हाला जे काही हवं आहे त्याच्याविषयी, ते कसं मिळवायचं याविषयी विचार करत आणि बोलत राहिलात तर नकारात्मक भावनांचा अग्नी आपोआपच विझत जाईल आणि अखेरीस थंडावेल. हेच सर्व प्रकारच्या भावनिक उपचारांचं सार आहे.

तेव्हा आत्तापासूनच काही कारणानं काही गोष्टी बिघडल्या तर, ''यासाठी मीच जबाबदार आहे'', असं म्हणून नकारात्मक भावनेला ती निर्माण होण्याआधीच थांबवा.

आता हे करा

ज्या आठवणीनं आजही तुम्हाला संताप येतो अशी तुमच्या आयुष्यातली एखादी सर्वांत नकारात्मक परिस्थिती आठवा आणि आता, ''यासाठी मीच जबाबदार आहे'', असं निश्चयपूर्वक स्वत:शीच म्हणत ती भावना मनातून काढून टाका.

मग स्वत:वर ती परिस्थिती ओढवून घेण्यासाठी तुम्ही काय केलं किंवा काय केलं नाही त्याचा विचार करा. तो विचार करताना तुमचा भावनिक कल्लोळ शांत होत जाईल आणि तुम्हालाच तुमच्या चेहऱ्यावर स्मित झळकलेलं दिसेल.

या प्रक्रियेत पहिल्यांदा तुम्हाला प्रचंड धैर्य आणि प्रामाणिकपणा एकवटावा लागेल पण सरावानं ते सोपं होत जाईल.

६

तळ्यातलं पाणी बदला

आयुष्यात तुम्हाला हवं असलेलं सर्व प्रकारचं यश आणि आनंद मिळवून देईल अशी अफाट बौद्धिक क्षमता तुमच्याकडे असते; पण, तुम्ही ती कधी वापरतच नाही. खरं म्हणजे तुम्ही आता जसे आहात आणि जिथे आहात त्याचं कारण तुमची विचारसरणी आहे आणि ती बहुतांशी तुमच्या सवयीची आहे. जेव्हा तुम्ही तुमची विचारसरणी बदलता तेव्हा तुम्ही तुमचं अंतर्गत आणि बाह्य अशा दोन्ही प्रकारच्या जीवनात बदल घडवत असता.

अनेक लोकांची विचारसरणी, जीवन आणि अनुभव यांची तुलना एखाद्या शेवाळलेल्या तळ्याशी केली जाऊ शकते. त्यातलं पाणी कधीच बदललं जात नाही. त्यामुळे ते तळं म्हणजे गाळात राहणाऱ्या अनेक जीवांच्या उत्पत्तीचं स्थान ठरतं. काही लोक सतत नकारात्मक विचारांमध्ये गुंतलेले असल्यानं आणि ती नकारात्मकता व्यक्त करत राहिल्यानं नव्या, चांगल्या सकारात्मक कल्पनांचा स्वीकार करूच शकत नाहीत. त्यामुळे ते स्वत:च्या जीवनातही नकारात्मक आणि निरुत्साही असतात. पण तुम्ही तसं करायचं नाही.

''परिस्थितीवर मात करण्यासाठी लागणारा सर्वोच्च गुणधर्म आपल्यामध्ये आहे, यावर विश्वास ठेवण्याचं धाडस ज्यांनी केलं असेच लोक काही भव्यदिव्य निर्माण करू शकले आहेत.''
ब्रूस बार्टन

आपले विचार, भावना, धारणा आणि वृत्ती यांमध्ये बदल करणं सोपं नसतं. पण, ज्याप्रमाणे दीर्घ काळ सातत्यानं व्यायाम केल्यामुळे आपण शारीरिक तंदुरुस्ती प्राप्त करून घेऊ शकतो त्याप्रमाणेच सातत्यानं स्वत:वर काम केल्यानंतर आपण सकारात्मक, आनंदी राहू शकतो आणि आत्मविश्वास मिळवून भावनिक तंदुरुस्तीही प्राप्त करून घेऊ शकतो. आपलं आयुष्य आपल्याला हवं तसं घडवण्यासाठी तुम्ही स्वत:च्या मनाला प्रयत्नपूर्वक स्वच्छ, स्पष्ट आणि सकारात्मक विचार पुरवत राहायला हवं.

प्रत्येक गोष्टीसाठी काही कारण असतं

'कार्यकारणभाव' (Law of Case and Effect) सिद्धान्त असं सांगतो की, आपल्या आयुष्यातल्या प्रत्येक बदलामागे आणि परिणामामागे काहीतरी कारण असतं. अपघातानं काहीच घडत नाही. तुमचं जे आयुष्य आहे ते तुम्ही आतापर्यंत केलेल्या विचारांचा परिणाम आहे आणि म्हणून ते आता जसं आहे त्याहून वेगळं असू शकत नाही.

बायबलमध्ये (Gal. ६:७) असलेला पेरणी आणि कापणीचा सिद्धान्त (The Law of Sowing and Reaping) असं सांगतो की, माणूस जे पेरेल त्याचीच कापणी त्याला करावी लागेल. असं का म्हटलं असेल? बायबल हे काही कृषिशास्त्राचं पुस्तक नाही. त्यामुळे हा संदर्भ आपल्या मनाविषयी आणि आपल्या वैयक्तिक विकासाविषयीचा आहे. अर्थात, आज आयुष्यातल्या प्रत्येक क्षेत्रामध्ये तुम्ही जे काही मिळवत आहात ते म्हणजे तुम्ही पूर्वी पेरलेल्या बीजांचा परिणाम आहे.

भविष्यात तुम्हाला काही वेगळ्या पिकाची म्हणजेच परिणामांची अपेक्षा असेल, तर त्यासाठी वर्तमानात तुम्हाला त्यायोग्य विचार पेरावे लागतील. तुमचं बाहेरचं जग म्हणजे तुम्ही करत असलेल्या विचारांचं प्रतिबिंब असतं, अगदी संगणकीय भाषेतल्या, 'Garbage in, garbage out,' या सूचनांसारखंच. पण त्याचप्रमाणे, 'Good in, good out', याचाही विचार व्हायला हवा.

सुदैवानं, तुम्ही काय विचार करायला हवा यावर तुमचं पूर्ण नियंत्रण असतं आणि ते नियंत्रण कायम राखण्याच्या सरावामुळे तुम्ही तुमच्या आयुष्यातल्या समस्यारूपी ओंगळवाण्या बेडकांचं रूपांतर देखण्या

राजकुमारामध्ये करू शकता आणि स्वत:चं व्यक्तिमत्त्व संपूर्णत: सकारात्मक घडवू शकता.

प्रोग्रामिंग आणि प्रीप्रोग्रामिंग

(स्वत:ला तयार करणं आणि त्या तयारीची पूर्वतयारी करणं)

तुमचं मन हे एखाद्या असामान्य संगणकासारखं आहे, ज्यामध्ये तुम्ही आश्चर्यकारक गोष्टी पूर्ण करण्यासाठी आवश्यक तो प्रोग्राम तयार करू शकता. मनामध्ये स्वच्छ, स्पष्ट आणि सकारात्मक विचार, इच्छा आणि ध्येयांच्या प्रवाहाचं सातत्य राखत, विशेषत: तणावाच्या आणि कठीण प्रसंगीही आत्मविश्वास आणि स्व-नियंत्रणासह कार्य करत राहण्यासाठी स्वत:चा प्रीप्रोग्राम (पूर्वतयारी) आणि रिप्रोग्राम (नव्यानं पुन्हा तयारी) करा.

कार्यकारण भावाच्या सिद्धान्तातलं सर्वांत महत्त्वाचं तत्त्व म्हणजे, 'विचार हेच कारण असतात आणि परिस्थिती म्हणजे त्या विचारांचा परिणाम असते'. म्हणूनच बरेचदा तुम्ही जसे विचार करत असता, तसेच तुम्ही घडत असता.

'तुम्ही' नेहमी काय विचार करत असता? सकारात्मक आणि आनंदी लोक नेहमी त्यांना काय हवं आणि ते कसं मिळवता येईल याविषयी विचार करत असतात. दु:खी, नकारात्मक लोक नेहमी त्यांना काय नको आहे आणि कोणाला दोष द्यायचा आहे, याविषयी विचार करत असतात. मनाचं प्रोग्रामिंग करण्यासाठी आपल्याला जे हवं, त्याविषयीच विचार करणं हा तुमचा उद्देश असायला हवा. तरच, तुम्ही तुमच्या क्षमतेअनुसार उत्तम काम कराल आणि त्यामुळे तुम्हाला स्वत:विषयी नेहमी समाधान वाटत राहील.

विचार करण्याच्या नव्या पद्धती

स्वत:मध्ये आशावाद आणि आत्मविश्वास जागवण्यासाठी विचारपद्धती विकसित करण्याचे तीन प्रमुख उपाय आहेत. सवयींच्या सिद्धान्तानुसार (Law of Habit) तुम्ही जी गोष्ट वारंवार करत रहाता ती कालांतरानं तुमची नवी सवय होते. त्यामुळे तुम्हाला उपयोगी आणि सहायक ठरेल अशी कोणतीही सवय तुम्ही स्वत:ला लावून घेऊ शकता.

खरं तर, सकारात्मक विचारांची सवय लावून घेणं कठीण असतं. पण, एकदा तुम्ही निश्चय केला की ते आपोआप आणि सहजतेनं घडून येऊ लागतं. म्हणूनच तर गोएथनं असं म्हटलं आहे की, प्रत्येक गोष्ट सोपी होण्याआधी अवघड असते.

१. सकारात्मक विधानांची शक्ती

ज्याप्रमाणे, तुम्ही जसा विचार करता तसे घडत जाता; त्याचप्रमाणे तुम्ही वारंवार ज्याविषयी बोलता, स्वत:शी जे बोलता तसे घडत असता. पण मानवी मेंदूमध्ये मुळातच नकारात्मकता असते. त्यामुळे तुम्हाला जे हवं आहे त्याविषयी आणि ते कसं मिळवायचं त्याविषयी तुम्ही जर प्रयत्नपूर्वक सकारात्मक विचार केले नाहीत, तर तुमचं मन नकारात्मक विचारांनी भरून जाईल आणि तुम्हाला तुमच्या ध्येयापासून मागे खेचेल.

सकारात्मक विधानांच्या शक्तीमुळे तुमच्यामधल्या संभावना अमर्यादित होतात. जेव्हा तुम्ही स्वत:शीच सकारात्मक, विकासगामी विचार करत राहता तेव्हा लवकरच त्या विचारांमध्ये ऊर्जेचा संचार होऊ लागतो. तुम्ही नव्यानं तयार होणाऱ्या अशा सकारात्मक प्रोग्रामिंगप्रमाणे विचार करू लागता आणि तुमच्या मनात आपण सकारात्मक होत असल्याची भावना निर्माण होते. तुमच्यातली नवी सकारात्मक वृत्ती नकारात्मक विचारांना आणि अनुभवांना तुमच्या मनातून काढून टाकते आणि त्यामुळे तुमच्यामध्ये 'भावनांविषयीची रोगप्रतिकारक शक्ती' विकसित होते.

सकारात्मक विधानांमधले तीन 'P'- सकारात्मक विधानांमध्ये नेहमी तीन 'P' चा समावेश असू द्या : पर्सनल, प्रेझेंट आणि पॉझिटिव्ह सेन्स. यातल्या पर्सनल सेन्समध्ये स्वत:ला दिल्या जाणाऱ्या प्रत्येक बौद्धिक संदेशाच्या सुरुवातीला 'मी' ची जोड द्या. उदाहरणार्थ, 'मी हे करू शकते/शकतो' किंवा 'मी मला आवडते/आवडतो' किंवा 'मी वर्षाला अमुक इतकी कमाई करू शकते/शकतो.'

प्रेझेंट टेन्समध्ये सकारात्मक विधान करताना त्या विधानामधली गोष्ट जणूकाही आता घडलेली आहे, अशा भावनेनं ते विधान करा. उदाहरणार्थ, 'या वर्षी मी अमुक इतके रुपये कमावले आहेत' किंवा 'माझं वजन अमुक इतकं झालं आहे'. आपलं अंतर्मन केवळ वर्तमान काळानुसार केलेले

आदेशच स्वीकारत असल्यामुळे हे शब्द आपलं अंतर्मन तत्काळ स्वीकारतं आणि त्यावर चोवीस तास काम करू लागतं.

तिसऱ्या 'P' चा संबंध पॉझिटिव्ह टेन्सशी आहे. आपलं अंतर्मन नकारात्मक संदेशांवर कार्य करू शकत नाही. त्यामुळे ''मी अजिबात धूम्रपान करणार नाही'', याऐवजी ''मी धूम्रपानविरोधी आहे'', असं म्हणा. ''आता मी अजिबात संतापणार नाही'', याऐवजी, ''मी शांत आणि प्रेमळ आहे'', असं म्हणा.

२. तुम्ही जे बघता, त्यावर विश्वास ठेवा

बौद्धिक प्रोग्रामिंगमधलं दुसरं आणि कदाचित सर्वांत प्रभावी तंत्र म्हणजे 'दृश्यात्मकता.' तुम्हाला कशा प्रकारची व्यक्ती व्हायचं आहे आणि काय मिळवायचं आहे याची स्पष्ट कल्पना तुम्ही तुमच्या मनाला देत राहिलात तर त्यासंबंधीचे आदेश तुमच्या अंतर्मनाच्या तळापर्यंत जाऊन पोहोचतात आणि परिस्थितीअनुसार विशिष्ट पद्धतीनं विचार करण्यासाठी, भावना निर्माण करण्यासाठी आणि कृती करण्यासाठी तुमच्या मनाचं प्रीप्रोग्रामिंग होतं.

आपली विचारपद्धती बदलून ती सकारात्मक करण्याकरता आवश्यक असलेल्या सशक्त आणि प्रभावी दृश्यात्मकतेसाठी खालील चार घटक आवश्यक आहेत :

१. *स्पष्टता :* तुम्ही तुमच्या विचारांविषयी मनात किती स्पष्ट चित्र निर्माण करता आणि तुमची ध्येयं किंवा तुम्हाला अपेक्षित स्थिती किती वेगानं तुमच्या जीवनात प्रवेश करते, याचा एकमेकांशी थेट संबंध असतो. आपल्याला जे हवं आहे त्याचं स्पष्ट चित्र मनात उभं केल्यानं किंवा त्यावर लक्ष केंद्रित केल्यानं तो विचार आपल्या अंतर्मनात खोलवर ठसतो आणि परिणामत: तो विचार प्रत्यक्षात उतरवण्यासाठी चालना देणारे लोक आणि साधनं तुमच्याकडे आकर्षित होत राहतात.

२. *तीव्रता :* तुम्हाला जे मिळवायचं आहे त्याचं चित्र मनात रेखाटत असताना त्या चित्राला (किंवा सकारात्मक विधानाला) भावनांची जितकी जास्त जोड द्याल, तितका तुमच्या विचारांवर, जाणिवांवर

आणि कृतीवर त्या चित्राचा प्रभाव वाढत जाईल. त्यासाठी तुमच्या इच्छेला यशस्वीपणे सत्यात उतरवण्यासाठी सहायक ठरतील अशाच भावना जागृत करणं आवश्यक आहे. तुमच्या मनातलं तुम्हाला अपेक्षित असलेल्या गोष्टीचं चित्र प्रत्यक्षात उतरल्यावर तुम्हाला जे यश आणि आनंद मिळणार आहे त्याची 'भावना' आत्ताच मनात जाणीवपूर्वक 'जागवा.'

३. *अवधी :* दर वेळी तुम्ही तुमच्या इच्छेसंबंधीचं एक स्पष्ट आणि भावनांची जोड असलेलं चित्र जितका जास्त काळ मनात धरून ठेवू शकाल तितक्या लवकर ते प्रत्यक्षात उतरू शकेल.

४. *वारंवारता :* तुम्ही तुमच्या ध्येयाचं किंवा तुम्हाला अपेक्षित असलेल्या आयुष्याचं, वागणुकीचं किंवा अनुभवाचं चित्र जितक्या जास्त वेळा मनात निर्माण करू शकाल, तितक्या लवकर तुम्ही तुमची ती इच्छा तुमच्या अंतर्मनात स्थापित करू शकाल आणि प्रत्यक्षात आणू शकाल.

जलद प्रोग्रामिंग तंत्र – भविष्यात येऊ घातलेल्या कोणत्याही घटनेसाठी मानसिक, बौद्धिक स्तरावर स्वत:ला तयार ठेवण्याकरता तुम्ही जलद प्रोग्रामिंग तंत्राचा वापर करू शकता. त्यासाठी तुम्ही क्रमानुसार चार टप्प्यांवर काम करणं आवश्यक असतं. ते टप्पे असे आहेत : त्या घटनेला शब्दबद्ध करणं, तिला दृश्यात्मकता देणं, भावनांची जोड देणं आणि ती घडते आहे अशी कल्पना करणं.

पहिल्यांदा, भविष्यातल्या एखाद्या घटनेदरम्यान तुम्हाला काय घडणं अपेक्षित आहे किंवा त्या वेळी तुम्ही कसं वागणं अपेक्षित आहे, याविषयी विचार करा. मग त्यानुसार तुमच्या मनासाठी स्पष्ट आणि प्रभावी असा वैयक्तिक आणि सकारात्मक वर्तमानकालीन संदेश तयार करा. उदाहरणार्थ, 'मी जी मुलाखत देत आहे किंवा जे सादरीकरण करत आहे त्यामध्ये मी स्थिर, सकारात्मक आणि संपूर्णपणे स्वनियंत्रित आहे'.

दुसऱ्या टप्प्यावर विचार करताना, प्रत्यक्ष त्या घटनेच्या वेळी जर तुम्ही तुमच्या पूर्ण क्षमतेनं काम केलं तर ते कसं कराल याचं स्वच्छ आणि स्पष्ट चित्र तयार करा.

तिसऱ्या टप्प्यावर, कल्पनेला भावनांची जोड द्या आणि भविष्यातली ती विशिष्ट घटना तुमच्या अपेक्षेप्रमाणेच होत असेल तर तेव्हा आपण स्थिर, आनंदी, शांत आहोत, आपल्यात आत्मविश्वास आहे अशी 'भावना' जागवा.

अखेरीस चौथ्या टप्प्यावर, वरीलप्रमाणे तीन भागांत केलेला संदेश आपल्या अंतर्मनापर्यंत पोहोचवा आणि ती घटना प्रत्यक्षात येईपर्यंत आपल्या अंतर्मनाला त्यावर काम करत राहू द्या आणि मग ती घटना जेव्हा प्रत्यक्ष घडेल, तेव्हा ती अगदी तुमच्या कल्पनेप्रमाणेच घडते आहे हे पाहून तुम्ही आश्चर्यचकित होऊन जाल.

३. घटनेला सामोरे जाण्यापूर्वी तयारी करा –

एखाद्या महत्त्वाच्या किंवा तणावपूर्ण घटनेला सामोरं जाण्यापूर्वी स्वत:ला आधीच त्यासाठी तयार केलेलं असल्यामुळे, प्रत्यक्ष त्या घटनेच्या वेळी उत्तम पद्धतीनं काम करण्यासाठी तुम्ही बौद्धिक आणि भावनिक पातळीवर सज्ज झालेले असता. स्वत:ला अशा प्रकारे आधीच तयार करण्याच्या क्षमतेमुळे तुम्हाला स्वत:वर प्रचंड ताबा मिळवता येतो आणि स्वत:कडून उत्तम प्रकारे काम करवून घेता येतं.

जर एखादी घटना काही दिवसांनी घडणार असेल किंवा एखादं काम काही दिवसांनी करायचं असेल, तर त्यासाठी आतापासून हा तीन भागांतला सराव दिवसभर करत रहा. जसं खेळाच्या स्पर्धेसाठी तुम्ही खेळाचा सराव करत असता अगदी तसा सराव करा. या मानसिक सरावासाठी रात्री झोपण्यापूर्वीची आणि सकाळी उठल्यावर लगेचची– अशा दोन वेळा अगदी चांगल्या असतात. कारण, त्या वेळी आपलं अंतर्मन अधिक ग्रहणशील आणि पुनर्रचनेसाठी तयार असतं.

होऊ घातलेल्या घटनेतून तुम्हाला कोणता उद्देश साध्य करून घ्यायचा आहे ते निश्चित करा. तुम्हाला ती घटना जशी अपेक्षित आहे तसंच चित्र मनात उभं करा. ती घटना तुम्हाला अगदी हवी तशीच घडल्यावर तुम्हाला जे यश लाभेल आणि आनंद होईल त्याची 'भावना मनात जागवा'.

नकाराची ताकद

लहानपणी खूप टीका सहन करावी लागल्यामुळे बऱ्याच लोकांमध्ये आपण समाजाकडून नाकारले जाऊ की काय, अशी भिती निर्माण होते. इतरांकडून, अगदी ज्यांना ते पूर्वी कधीही भेटलेले नाहीत- अशा अनोळखी लोकांकडूनही आपल्याला नकारात्मक प्रतिसाद मिळेल अशी भीती त्यांना वाटत असते.

तुमच्या लहानपणी 'हो' हा तुमचा आवडता शब्द होता. उदाहरणार्थ, 'मला कँडी मिळेल का?' 'हो.' 'मला आणखी मिठाई मिळेल का?' 'हो.' 'मला नवं खेळणं मिळेल का?' 'हो.' 'मला सिनेमाला जायला पैसे मिळतील का?' 'हो.'

'हो' हा शब्द आपला आवडता असतो आणि अर्थातच 'नाही' हा शब्द आपल्याला नकोसा असतो.

मोठं झाल्यावर, आपल्याला असे 'होकार' शोधायची आणि 'नकार' टाळायची सवय लागते. पण, आपल्याला पुढे जायचं असेल तर कोणी 'नाही' म्हणेल ही भीती न बाळगता नेहमी संधी घेत राहावी लागते. जर तुम्ही सतत 'नकार' टाळत राहिलात आणि ती तुमची सवय झाली, तर यश आणि आनंद मिळवण्याच्या अनेक संधी तुम्ही गमावून बसाल.

एखादी गोष्ट नाकारली जाणं हे अगदी सामान्य आणि स्वाभाविक आहे

व्यवसायामध्ये आणि विशेषत: विक्री व्यवसायामध्ये एखादी गोष्ट नाकारली जाणं हे अगदीच सामान्य असतं. एक 'होकार' मिळवण्यासाठी बरेचदा पाच, दहा किंवा अगदी वीस 'नकार'ही पचवावे लागतात. म्हणूनच 'नाही' या शब्दाची भीती मनातून पूर्णपणे काढून टाकण्यासाठी तुम्ही मनाचं रिप्रोग्रामिंग केलं पाहिजे; अर्थात, विचारपद्धती बदलली पाहिजे. जेव्हा तुम्हाला नकाराची भीती उरतच नाही तेव्हा भविष्यातले अनेक मार्ग तुमच्यासाठी सहज खुले होतात.

यश मिळवण्यासाठी असलेला सर्वांत सामर्थ्यशील शब्द म्हणजे, 'मागणी'. तुम्ही जितकी अधिक मागणी करत राहाल तितकं अधिक

तुम्हाला मिळत जाईल. हे तत्त्व, नोकरी आणि नोकरीतली बढती, भेटीगाठी आणि नातेसंबंध, विक्री आणि व्यावसायिक संधी या सर्वांशी संबंधित आहे. जे मागणी करतात त्यांनाच भविष्य अनुकूल होतं.

नकाराला आपलंसं करा!

'नाही' ऐकायची भीती कशी घालवाल? तर त्यासाठी आपल्या मनाला शक्य तितके 'नकार' ऐकायला तयार करा. आता लगेचच ठरवून टाका की तुम्हाला 'नाही' या शब्दाची भीती अजिबात वाटणार नाही. ब्रायन जेव्हा चोवीस वर्षांचा होता, तेव्हा त्याला हा शोध लागला आणि त्याचं आयुष्य बदलून गेलं. त्याचा मुलगा चोवीस वर्षांचा असताना याच तत्त्वानं त्याच्या मुलाचंही आयुष्य बदललं.

ब्रायन चोवीस वर्षांचा होता तेव्हा त्याच्याकडे कोणतंही कौशल्य नव्हतं. त्यानं शाळाही सोडून दिलेली होती. दिवसभर वेगवेगळ्या कार्यालयांमध्ये थेट जाऊन आणि संध्याकाळच्या वेळी घरोघरी हिंडून विक्री करणं एवढंच तो करू शकत होता.

नोकरीच्या पहिल्याच दिवशी त्याला भीतीनं गलितगात्र केलं. तो एका घराच्या बाहेर बराच वेळ घुटमळत राहिला. पुढे जाऊन दारावर टकटक करण्याची त्याला भीती वाटत होती. अखेरीस त्यानं आपला सगळा धीर एकवटला आणि त्या घराचं दार ठोठावून धडधडत्या काळजानं दार उघडण्याची वाट बघत उभा राहिला.

एका छोट्या चणीच्या गोड स्वभावाच्या वृद्ध स्त्रीनं दार उघडलं. ती ब्रायनशी अगदी सभ्यपणे बोलली. तो आल्याबद्दल त्याचे आभार मानले आणि त्याचा दिवस चांगला जावो म्हणून शुभेच्छाही दिल्या. तिथून बाहेर पडल्यानंतर ब्रायननं निश्चय केला की आता पुन्हा कधीही अनोळखी लोकांना भेटण्याची आणि त्यांना खरेदीसाठी विनंती करण्याची भीती बाळगायची नाही.

नकाराच्या भीतीला सामोरे जा

त्या दिवसापासून ब्रायननं आपले विचार बदलले आणि तो अधीरतेनं नकार मिळण्याची, अर्थात 'नाही' या शब्दाची वाट बघू लागला. त्यानं निश्चय

केला की यापुढे प्रत्येक 'नकार' त्याला उत्साहित करेल आणि अधिक मेहनत करण्यासाठी प्रोत्साहित करेल. दुसऱ्या दिवशी सकाळी कामाला सुरुवात केल्यावर तो पहिला 'नाही' ऐकण्यासाठी अधीर झाला होता. जेव्हा त्यानं तो शब्द ऐकला तेव्हा अर्थातच तो उत्साहित झाला आणि जोमानं कामाला लागला.

जेव्हा ब्रायनचा मुलगा पदवीधर झाला, तेव्हा आता आपण यशस्वी होण्यासाठी कोणत्या प्रकारचं काम करायला हवं हे त्यानं ब्रायनला विचारलं. ब्रायन त्याला म्हणाला, ''जर तू एक वर्षभर थेट विक्रीत येणारे नकार पचवलेस तर तू आयुष्यभरासाठी मनानं खंबीर होशील''.

मुलानं वडिलांचा सल्ला मानला. त्यानं घरोघर जाऊन फायबर ऑप्टिक हुक-अप्स विकण्याचं काम सुरू केलं. ते वर्षभर सुरू ठेवलं. त्या अनुभवामुळे तो आधीपेक्षा अगदी वेगळा माणूस झाला. त्याचा आत्मविश्वास दुणावला. त्यानं ब्रायनला सांगितलं, ''डॅड, मी आयुष्यात यशस्वी होईन याची आता मला खात्री वाटते. कारण वर्षभर थेट विक्रीचा अनुभव घेतल्यामुळे आता मला कशाचीच भीती वाटत नाहीय''.

काहीही झालं तरी आपण थांबायचं नाही, हे स्वतःला वारंवार सांगत तुम्ही नकाराची आणि अपयशाची भीती घालवण्यासाठी आपल्या मनाला तयार करू शकता. स्वतःला नेहमी शांत, प्रसन्न, आत्मविश्वासानं भारलेलं असंच बघायचा प्रयत्न करा. स्वसंवाद साधा आणि तुम्हाला अपेक्षित असलेल्या यशाला जोड देणारी भावना मनामध्ये निर्माण करा.

सकारात्मक विधान, दृश्यात्मकता आणि भावनात्मकता या मनाला घडवणाऱ्या तंत्रांचा उपयोग वारंवार करून तुम्ही तुमच्या मनाला आणि भावनांना पूर्णपणे नियंत्रित करू शकता, आत्मविश्वास वाढवू शकता आणि संपूर्णतः एक सकारात्मक व्यक्ती होऊ शकता.

आता हे करा

नजीकच्या भविष्यात होऊ घातलेली अशी एखादी घटना आठवा, ज्या घटनेच्या परिणामांचा ताण किंवा भीती तुम्हाला जाणवते आहे; ती घटना तुम्हाला कशा पद्धतीनं पार पडायला हवी आहे तशाच अर्थाचं सकारात्मक

विधान तयार करा. उदाहरणार्थ, 'मी शांत आहे, माझ्यात आत्मविश्वास आहे, या मुलाखतीदरम्यान माझं माझ्यावर पूर्ण नियंत्रण आहे आणि अखेरीस मला ही नोकरी (किंवा विक्रीचं काम) मिळालेली आहे'.

तुम्हाला अपेक्षित असलेल्या परिणामाचं स्वच्छ, स्पष्ट आणि आनंदी चित्र तयार करा आणि ते आपल्या अंतर्मनपटलावर सतत आणत रहा. पहिल्यांदा, जेव्हा तुम्हाला या तंत्राचा परिणाम अनुभवायला मिळेल तेव्हा तुम्ही आश्चर्यचकित होऊन जाल.

७

समस्यारूपी बेडकांमध्ये सौंदर्य शोधा

तुम्हाला काय वाटायला हवं हे तुमच्या आयुष्यात घडणाऱ्या घटना ठरवत नाहीत; तर तुम्ही त्या घटनांमध्ये कसे वागता, यावर ते ठरतं. म्हणजेच तुमची मन:स्थिती समस्यारूपी बेडकांवर नाही तर तुम्ही त्या बेडकांना कसं हाताळता यावर अवलंबून असते.

दोन माणसांना एकसारखा अनुभव येऊ शकतो; पण, त्यांच्यातला एक जण तो अनुभव मागे टाकून आयुष्य पुढे नेईल, तर दुसरा त्या अनुभवानं पिचून जाईल आणि बराच काळ संतापलेला, पस्तावलेला आणि दु:खी राहील. अशा प्रकारे, एकाच घटनेसाठी दोन भिन्न प्रतिक्रिया असू शकतात.

'A Course in Miracles' या आपल्या पुस्तकात हेलेन शूमन आणि विल्यम थेटफोर्ड म्हणतात, "तुम्ही जे काही बघता त्याचे काही अर्थ लावत असता". याचाच अर्थ, खरं तर कोणत्याही गोष्टीमध्ये सकारात्मक किंवा नकारात्मक अशी कोणतीही भावना अध्याहृत नसते. आपल्याला ती घटना कशी वाटते त्यावरून आपण आपल्या भावनांची जोड त्या घटनेला देत असतो.

'समस्या या अडथळे निर्माण करण्यासाठी नाहीत, तर योग्य दिशा दाखवण्यासाठी येत असतात.'

ब्रायन ट्रेसी

निर्णय घ्या

नकारात्मक भावनेचं परिवर्तन तत्काळ सकारात्मकतेमध्ये करून स्वत:ला भूतकाळातल्या दु:खद अनुभवातून बाहेर काढण्याचा सर्वांत गतिमान उपाय म्हणजे आपल्या भूतकाळाकडे वेगळ्या नजरेनं बघायला शिकणं. तुम्ही Law of Substitution अर्थात, पर्यायाच्या सिद्धान्ताचा वापर करायला लागलात आणि नकारात्मक विचाराच्या जागी सकारात्मक विचार योजायला लागलात, की तुमच्या भावनांमध्येही लगेचच बदल होतो.

आध्यात्मिक विषयांचे लेखक वायेन डायर एकदा म्हणाले होते की, आनंदी बालपण कधीही मिळवता येतं. दुसऱ्या शब्दांत सांगायचं तर, लहानपणी आलेल्या दु:खद अनुभवांचा पुनर्विचार करताना तुम्ही त्यातल्या वाइटातून चांगलं घेऊ शकता, निराश करणाऱ्या घटनेतून काही चांगलं शिकू शकता आणि आपल्या बालपणाकडे एका नव्या आणि सकारात्मक नजरेनं पाहायला शिकता.

आपलं बालपण आनंदी करा

कल्पना करा की, तुमचा जन्म होण्याच्या खूप आधी विश्वाच्या एका टोकाला कुठेतरी तुम्ही एका आत्म्याच्या रूपात होतात आणि मग पृथ्वीवर संचार करत तुम्ही स्वत:साठी जाणीवपूर्वक हे जन्मदाते निवडले होते. कारण, त्या कुटुंबामध्ये वाढणाऱ्या अपत्याला येणारे आव्हानात्मक अनुभव जाणून घेत, शिकत, स्वत:चा विकास करत तुम्हाला एक उत्तम व्यक्ती म्हणून घडायचं होतं आणि त्यासाठी हाच एक उपाय होता.

जेव्हा तुम्ही अशी कल्पना कराल आणि मग आपल्या बालपणीच्या अनुभवांचा विचार कराल, तेव्हा तुम्हाला तुमचं बालपण अगदी वेगळं भासेल. त्या वेळी आलेल्या प्रत्येक समस्येतून किंवा कठीण स्थितीतून तुम्ही काय काय शिकलात ते तुमच्या लक्षात येईल. 'हे कुटुंब आपण स्वत:च निवडलेलं आहे', याचा स्वीकार केल्यावर तुम्ही तुमच्या बालपणीच्या अनुभवांचे नव्यानं अर्थ लावू लागाल आणि मग ते तुम्हाला नकारात्मक, दु:खद वाटण्याऐवजी काही शिकवणारं आणि सकारात्मक वाटू लागेल.

तुमच्या आईवडिलांचा प्रभाव तुमच्यावर कसा पडला त्याचा विचार करा. त्यांनी तुम्हाला जी वागणूक दिली त्यामुळे तुमच्यातल्या गुणांचा विकास झाला आणि तुमच्या क्षमता पुढे आल्या, हे तुमच्या लक्षात आलं का?

कधीही तक्रार करू नका, कधीही स्पष्टीकरण देऊ नका

आपल्या लहानपणी आईवडिलांनी आपल्या बाबतीत जे काही केलं किंवा केलं नाही, त्याविषयी बरेच लोक वर्षानुवर्षं तक्रार करत असतात. उदाहरणार्थ, ब्रायन वयाच्या तिशीत असताना एकदा एका तरुणीबरोबर जेवायला गेला होता. तेव्हा जेवताना तो आपल्या वडिलांविषयी तक्रार करू लागला आणि आपल्या वडिलांनी लहानपणी आपल्याला किती कठोर वागणूक दिली हे सांगू लागला.

ती तरुणी हुशार होती. काही वेळ तिनं ब्रायनचं बोलणं शांतपणे ऐकून घेतलं आणि मग त्याला थांबवत तिनं विचारलं, ''ब्रायन, तुला तुझं आयुष्य आवडतं का?''

''अर्थातच! मी माझं आयुष्य छान जगतो आहे.'' ब्रायननं उत्तर दिलं.

''आता तू जो काही आहेस तो तुझ्या वडिलांमुळेच आहेस. त्यामुळे आता त्यांच्याविषयी तक्रार करणं थांबव.'' ती म्हणाली.

ब्रायन क्षणभर अचंबित झाला आणि मग त्याला जाणवलं की, ती जे म्हणते आहे ते खरंच आहे. त्या दिवसापासून, त्यानं कधीही आपल्या वडिलांविषयी किंवा लहानपणीच्या दिवसांविषयी तक्रार केली नाही. आपल्याला जर आनंदानं जगता येत असेल तर ज्यांनी आपल्याला या जगात आणलं त्या लोकांविषयी तक्रार करण्याचा आपल्याला काहीही अधिकार नाही, हे त्याला समजलं.

तुम्हीही असा विचार करू शकता. तुमच्या आईवडिलांनी तुमच्या बाबतीत काही केलं किंवा काही केलं नसेल, तरीही आज तुम्ही इथवर येण्याचं कारण तेच तर आहेत. त्यांनी तुम्हाला जगातली सर्वांत मोठी भेट दिली आहे... ते म्हणजे तुमचं आयुष्य. त्या अमूल्य भेटीसाठी तुम्ही सदैव त्यांचं ऋणी राहायला हवं.

महान शक्ती

कल्पना करा की, विश्वातली महान शक्ती तुमच्यावर प्रेम करते आहे आणि तुम्हाला उत्तम घडवण्याची तिची इच्छा आहे. त्या महान शक्तीला तुम्ही आनंदी, निरोगी आणि समाधानी असायला हवं आहे. त्या महान शक्तीला तुम्ही यशस्वी आणि समृद्ध व्हायला हवं आहे.

त्या महान शक्तीला माहीत आहे की, आयुष्याच्या प्रवासात काही गोष्टी शिकून घेऊन तुम्ही आनंदाची आणि यशाची उंच उंच शिखरं गाठू शकता. पण, त्या महान शक्तीला हेसुद्धा माहीत आहे की तुमचा स्वभाव 'हट्टी' आहे. जोवर तुम्हाला काही त्रास होत नाही तोवर तुम्ही काही शिकणार नाही.

केवळ वाचनातून, काही बघण्यातून किंवा इतरांना आलेल्या अनुभवांच्या निरीक्षणातून तुम्ही आवश्यक तेवढी शिकवण घेऊ शकत नाही. तुम्हाला जेव्हा शारीरिक, भावनिक किंवा आर्थिक 'पीडा' सहन करावी लागते तेव्हाच तुम्ही शिकता.

लोक आपल्या आरोग्याची काळजी घ्यायला कशी सुरुवात करतात, हे त्याचं उत्तम उदाहरण आहे. बरेचदा लोक विचार न करता खात असतात. जिभेचे चोचले पुरवत राहतात आणि व्यायाम मात्र करत नाहीत. जोपर्यंत त्यांना काही शारीरिक व्याधी जडत नाही किंवा आजार होत नाही, तोपर्यंत ते आपल्या खाण्यापिण्याच्या सवयी बदलून पोषक आहार घ्यायला सुरुवात करत नाहीत आणि शरीराची काळजीही घेत नाहीत.

तुम्हाला आवश्यक असलेले धडे

म्हणूनच, तुम्हाला शिकवण्यासाठी, प्रशिक्षित करण्यासाठी आणि तुमच्या ध्येयाच्या दिशेनं तुम्हाला मार्गदर्शन करण्यासाठी ही महान शक्ती तुम्हाला 'धडे' देत असते. तुम्ही ते नीट लक्ष देऊन शिकावेत म्हणून त्या धड्यांबरोबरच पीडाही देत असते.

एकदा नेपोलियन हिल म्हणाले होते, ''तुमच्या पुढे येणाऱ्या प्रत्येक समस्येत किंवा कठीण प्रसंगात तितक्याच मोठ्या लाभाची बीजं दडलेली असतात''. त्यामुळे समस्याप्रधान परिस्थितीत लपलेल्या संभाव्य लाभावर

लक्ष केंद्रित करून त्या परिस्थितीतून तुम्हाला राग आणणाऱ्या, दुःखी करणाऱ्या गोष्टींकडे दुर्लक्ष करणं हे तुमचं काम आहे.

आतापर्यंतच्या आयुष्यात तुम्हाला किती वेळा अपयश आलं ते आठवा. त्या प्रत्येक अपयशातून तुम्ही कोणते महत्त्वाचे धडे घेतलेत? त्या धड्यांमुळे तुम्ही योग्य निवड करायला आणि योग्य निर्णय घ्यायला कसे शिकलात? विशेषतः, तुम्ही जे काही शिकलात त्यातून तुम्हाला काय लाभ मिळाले?

तुमच्या वर्तमान समस्यांचा विचार करा

तुमच्या आयुष्यात सध्या असलेल्या सर्व समस्यांचा विचार करा आणि कल्पना करा की, तुमच्या त्या सर्व समस्या जेवणाच्या ताटांसारख्या एकावर एक रचून ठेवलेल्या आहेत. त्यात तुमच्या सर्व छोट्या समस्या तळाशी आहेत आणि सर्वांत मोठी असलेली एक समस्या किंवा चिंता त्या राशीच्या अगदी वर आहे.

आता कल्पना करा की, तुम्हाला भविष्यात अधिक आनंदी आणि यशस्वी करण्यासाठी त्या सर्वांत मोठ्या समस्येमध्ये एका धड्याच्या रूपात तुमच्यासाठी एक खास भेट दडलेली आहे. काय आहे तो धडा?

नकारात्मक गोष्टींना सकारात्मक करणाऱ्या, म्हणजेच ओंगळवाण्या बेडकाला देखणा राजकुमार करणाऱ्या प्रभावी उपायांमधला एक उपाय म्हणजे तुमच्या समोर येणाऱ्या प्रत्येक समस्येमध्ये किंवा अडचणीमध्ये आपल्यासाठी कोणता अमूल्य लाभ आहे ते समजून घेणं. जर तुम्ही तुमच्या कोणत्याही नुकासानीचं किंवा तुम्हाला आलेल्या अडचणीचं विश्लेषण केलं तर तुम्हाला त्यात अनेक किंवा कमीतकमी एक तरी धडा नक्कीच मिळेल. एमेट फॉक्स यांनी एका ठिकाणी लिहिलं आहे की, मोठी माणसं लहान समस्यांमधून मोठे धडे घेतात.

भविष्यातही कधी काही तणाव जाणवेल अशी आव्हानं तुमच्या समोर उभी राहिली किंवा तुम्हाला भीती वाटेल अशी परिस्थीती निर्माण झाली, तर तुम्ही हा उपाय वापरू शकता. आपण जेव्हा नव्यानं काही सुरू करतो तेव्हा त्यातल्या धोक्याच्या शक्याशक्यतांमुळे आपल्याला नेहमीच थोडी भीती आणि चिंता जाणवते. क्रिस्टीना एकदा तिला आवडणाऱ्या एका

विषयावरच्या समितीची प्रमुख होण्याचा विचार करत होती. तिला खरंच ती जबाबदारी घ्यायची होती. पण, त्या कामादरम्यान लोकांसमोर बोलायची वेळ येईल असं वाटल्यानं आणि ती तयारी नसल्यानं प्रमुखपदाची जबाबदारी घेण्यासाठी ती कचरत होती. पण, त्या कामात तिला एरवी न मिळणारे अनुभव मिळतील आणि भविष्यात उपयोगी पडू शकणारी काही कौशल्यं तिच्यामध्ये निर्माण होतील; असं समजावत तिच्या एका जवळच्या मित्रानं तिला ते काम स्वीकारण्याचा सल्ला दिला. त्या सल्ल्यामुळे क्रिस्टीनाच्या मनातली भीतीची, अपयशाची भावना निघून गेली आणि ते नवं आव्हान स्वीकारण्यासाठी ती तयार झाली.

तुम्ही शिकायला हव्यात अशा काही गोष्टी

ज्या समस्येशी तुमच्या बरोबर अन्य एखादी व्यक्ती निगडित आहे, अशी तुमच्या आयुष्यातली सध्याची मोठी समस्या आठवा आणि स्वतःला विचारा, ''या समस्येतून किंवा अडचणीतून मी काय शिकणं अपेक्षित आहे?'' तुमचं पहिलं उत्तर कदाचित अगदी साधं आणि वरवरचं असेल. तुम्ही म्हणाल, ''बहुतेक मी अमुक एक गोष्ट जास्त करायला हवी किंवा कमी करायला हवी''.

पण, आता तुम्ही स्वतःला आणखी महत्त्वाचा प्रश्न विचारायचा आहे, ''या परिस्थितीतून मी 'आणखी' काय शिकणं अपेक्षित आहे?'' हा प्रश्न तुम्हाला खोलात जाऊन विचार करायला लावेल. या वेळी हा प्रश्न त्रासदायक नसला तरी अधिक महत्त्वाचा आणि परिणामकारक असेल. कदाचित तुम्हाला काहीतरी वेगळं सुरू करावं लागेल किंवा तुम्ही करत असलेली एखादी गोष्ट एकदम थांबवावी लागेल.

तुम्ही हा प्रश्न स्वतःला परत परत विचारत राहिलात, तर तुम्हाला मिळणारे धडे अधिकाधिक सुसंगत आणि त्रासदायकही होत जातील.

जर तुम्ही दीर्घ काळ या समस्येशी झगडा देत असाल, तर या प्रश्नांद्वारे अखेरीस त्या समस्येतून स्वतःसाठी आवश्यक धडा मिळवू शकाल. साधारणपणे तुम्ही स्वतःच बदलायला हवं, त्या विषयातून बाहेर यायला हवं किंवा त्या परिस्थितीचा विषय पूर्णतः सोडून द्यायला हवा, असाच तो धडा असतो.

बरेचदा, आपण एकच गोष्ट मनातल्या मनात सारखी सारखी आठवत राहतो. आपण कोणत्याही क्षेत्रात काम करत असलो तरी तिथेही असं काहीतरी होत असतं. सहचर बदलल्यावरही आपल्या नातेसंबंधांमध्येही असे संघर्ष होत असतात. तुम्ही जोपर्यंत या समस्येच्या मुळाशी जात नाही आणि त्या समस्येची कारणं जाणून घेत नाही; तोपर्यंत तुम्ही खऱ्या अर्थानं स्वत:ला बदलू शकत नाही.

या संबंधीच्या उपचारांदरम्यानचं सर्वांत मोठं काम म्हणजे लोकांना ही प्रश्नपद्धती समजावणं आणि वारंवार त्या पद्धतीचा वापर करताना ते कोणती भूमिका निभावत आहेत हे समजून घेणं. उदाहरणार्थ, लहानपणी आपल्याला कदाचित काही वाईट अनुभव आलेले असू शकतात. त्यातून निर्माण झालेल्या काही समस्या अजूनही सुटलेल्या नसतात आणि त्या आपल्या मनात घर करून राहतात. कारण, त्यामधून मिळणारा धडा आपण शिकलेले नसतो. त्यामुळे नकळतपणे काही ना काही परिस्थिती निर्माण करून ते अनुभव आठवत राहतो आणि अखेरीस कधीतरी आपण त्यातून जो धडा घ्यायला हवा होता, तो घेतो.

अहंकारावर नियंत्रण ठेवा

अखेरीस जेव्हा आयुष्यातल्या दु:खद परिस्थितीनं दिलेला धडा तुमच्या लक्षात येतो तेव्हा तुम्ही तो मान्य करत नाही. कारण, तत्काळ तुमचा अहंकार जागा होतो. परिणामत: तुम्ही ती परिस्थिती टाळू लागता. कधीतरी परिस्थिती बदलेल किंवा संपून जाईल या आशेनं तुम्ही ती 'नाकारत' राहता. तसं काहीही होणार नाही हे तुम्हाला मनोमन माहीत असतं.

पण, जेव्हा तुम्ही परिस्थितीचं सत्य स्वीकारण्याचं धाडस कराल आणि त्या सत्यानुसार आवश्यक त्या गोष्टी करू लागाल तेव्हाच काहीतरी आश्चर्यकारक घडू शकेल. तुमचा सर्व ताण निघून जाईल. तुम्हाला शांत, निवांत आणि आनंदी वाटू लागेल.

जेव्हा तुम्ही सत्याचा सामना कराल, आवश्यक तो धडा शिकाल तेव्हा लगेचच समस्या सुटेल, अगदी तुम्ही ती समस्या सोडवण्यासाठी पहिलं पाऊल उचलायच्या आत सुटेल.

शब्द बदला

जेव्हा काही प्रतिकूल घडेल तेव्हा आपल्या मनाला नकारात्मकतेकडून तत्काळ सकारात्मकतेकडे घेऊन जाण्याचा एक मार्ग म्हणजे आपले शब्द बदलणं. उदाहरणार्थ, 'समस्या' या शब्दाऐवजी 'परिस्थिती' हा शब्द वापरा.

'समस्या' हा शब्द नकारात्मक आहे. त्या शब्दाबरोबर मनात लगेचच नुकसान, विलंब आणि असुविधा यांसंबंधी चित्रं आकार घेऊ लागतात. पण, 'परिस्थिती' हा शब्द एक अलिप्त शब्द आहे. जेव्हा तुम्ही म्हणता, ''आमच्याकडे सध्या काही विशिष्ट परिस्थिती आहे'', तेव्हा त्या शब्दांमधून कोणतीही नकारात्मक भावना निर्माण होत नाही. त्यामुळे तुम्ही शांत राहता, स्पष्ट विचार करू शकता आणि परिस्थिती कशीही असली तरी ती योग्य प्रकारे हाताळण्यासाठी सक्षम होता.

आणखी चांगला शब्द म्हणजे, 'आव्हान'. कठीण परिस्थितीला समस्या न मानता किंवा वैयक्तिक अथवा व्यावसायिक संकट न समजता असं म्हणा, ''आमच्या पुढे एक खास आव्हान उभं राहिलं आहे''.

आव्हान ही एक अशी गोष्ट आहे, जी तुमचा विकास घडवते. तुमच्यात उत्तम क्षमता जागवते. आव्हान हे सकारात्मक आणि प्रगतीसाठी पोषक असतं. आपण अधीरतेनं आव्हानांची वाट पाहत असतो. कारण, आव्हानं आपल्याकडून मेहनत करून घेतात आणि त्यांच्यावर मात करताना आपण आणखी चांगले घडत जातो.

समस्या या शब्दासाठी सर्व शब्दांहून अधिक चांगला पर्यायी शब्द आहे, 'संधी'. आजपासून तुमच्या आयुष्यातल्या अनपेक्षित समस्या आणि अडचणींना आव्हान किंवा संधी समजायला सुरुवात करा. आपल्यापैकी सर्वांनाच संधी हवी असते आणि आपण आतुरतेनं संधीची वाटही पाहत असतो. तुम्ही हे नवे शब्द वापरायला लागलात की तुमच्या अनेक मोठ्या संधी या पहिल्यांदा समस्यांच्या रूपात समोर आल्या होत्या, हे लक्षात येऊन तुम्ही आश्चर्यचकित होऊन जाल.

आयुष्यात समस्या या निश्चित आणि अटळ असतात

आपल्या आयुष्यात विविध प्रकारच्या समस्या, अडचणी आणि आव्हानांची एक अखंड मालिकाच सुरू असते. कितीही जोरदार प्रयत्न

केला तरी ती टाळता येत नाही. समुद्रावरच्या लाटांसारख्या समस्याही एकामागोमाग एक येतच राहतात.

पण छोट्या छोट्या समस्यांच्या या अखंडित प्रवाहात मध्येच एखादी 'गुंतागुंतीची स्थिती' येऊन ठेपते. तुम्ही एखाद्या क्षेत्रात सक्रिय असाल तर दर दोन–तीन महिन्यांनी अशी एखादी गुंतागुंतीची स्थिती येऊ शकते. ती शारीरिक, आर्थिक, कौटुंबिक किंवा वैयक्तिक असू शकते.

गुंतागुंतीची स्थिती ही संकटांसारखी स्वभावत:च 'अनाहूत' असते. आधीच अंदाज बांधून आवश्यक ती पूर्वतयारी करता येईल अशा एखाद्या नुकसानासारखी किंवा समस्येसारखी नसते. मग एवढाच प्रश्न उरतो की, अशा गुंतागुंतीच्या स्थितीला सामोरं कसं जायचं? तयारीनं की तयारी न करताच?

जर प्रत्येकाच्या आयुष्यात दर दोन–तीन महिन्यांनी एखादी गुंतागुंतीची स्थिती येत असेल तर त्याचा अर्थ असा की, आता हे पुस्तक वाचत असताना तुम्ही तशा एखाद्या स्थितीत आहात किंवा नुकतेच तशा एखाद्या परिस्थितीतून बाहेर पडला आहात किंवा आता काही काळातच तुमच्या समोर तशी परिस्थिती येणार आहे. तशी स्थिती आली की एवढंच करायचं : खोल श्वास घ्यायचा, शांत राहायचं, सकारात्मक राहायचं, योग्य तो धडा घ्यायचा आणि मग ती गुंतागुंत कमी करण्यासाठी योग्य ती पावलं उचलायची.

उजळ बाजूकडे लक्ष द्या

आपल्याला काय हवं आहे आणि आपण कुठे चाललो आहोत, याचा जितका जास्त विचार कराल तितके तुम्ही जास्त सकारात्मक आणि आशावादी राहाल. आशावादी राहणं म्हणजे समस्यांकडे किंवा अडचणींकडे दुर्लक्ष करणं नाही, तर त्यांचा सकारात्मक आणि रचनात्मक विचार करणं.

विचारांमध्ये अशा पद्धतीनं बदल करत असताना, कोणत्याही कारणामुळे तुमच्यासाठी त्रासदायक ठरणाऱ्या सर्व गोष्टींचा विचार सकारात्मकतेनं करा. प्रत्येक काळ्या ढगाला एक रुपेरी किनार असते हे लक्षात असू द्या. इमर्सननं म्हटल्याप्रमाणे, ''काळोख असेल तरच आपल्याला तारे दिसू शकतात''.

शून्याधारित विचार

कित्येक लोकांना सतत कोणती ना कोणतीतरी चिंता छळत असते. बरेचदा हा चिंतातुर स्वभाव त्यांना त्यांच्या आईवडिलांकडून मिळालेला असतो. सुदैवानं, तुम्ही ज्या गोष्टींची चिंता करत असता त्यातल्या नव्वद टक्के गोष्टी प्रत्यक्षात कधी घडतच नाहीत. वास्तविक, ज्या गोष्टींची तुम्हाला चिंता करावीशी वाटत नाही त्याच गोष्टी बरेचदा तुमच्या त्रासाचं कारण ठरत असतात.

अशा अकारण चिंतेतून आणि नकारात्मक भावनेतून बाहेर पडण्याचा प्रभावी उपाय म्हणजे आयुष्यातल्या प्रत्येक गोष्टीवर शून्याधारित विचार करण्याची सवय लावून घेणं. स्वत:ला विचारा, ''सध्या मी अशी काही गोष्ट करत आहे का जी, 'चूक आहे हे आत्ता माझ्या लक्षात आलं आहे,' आणि ती चूक मी पुन्हा नव्यानं ती कधीच करणार नाही?''

पूर्वी आपण काही चूक केली आहे, आता आपलं मन बदललं आहे आणि आता आलेली समज लक्षात घेता तशी परिस्थिती आली तर पुन्हा ती चूक करणार नाही हे कबूल करायला प्रचंड धैर्य आणि नीतिमत्तेची आवश्यकता असते.

एकदा एखादी गोष्ट करायची ठरवली की काहीही झालं, तरी ती करत राहिलीच पाहिजे, या कल्पनेत लोक अडकलेले असतात. पण इमर्सननं म्हटल्याप्रमाणे, ''चुकीच्या गोष्टीसाठी वचनबद्धता पाळणं म्हणजे मनाची कमकुवतता असते''. आपला एखादा निर्णय चुकला, हे मान्य करणं म्हणजे दुर्बलता नसते, तर ते मनाचं सामर्थ्य असतं. आपली चूक झाली आहे याची जाणीव झाल्यावर तो निर्णय बदलण्याचा अधिकार तुम्हाला निश्चितच असतो.

आपण पुन्हा तशा परिस्थितीत जायचं नाही हे एकदा मनाशी पक्कं ठरवल्यावर तुमचा पुढचा प्रश्न असेल, 'मी यातून बाहेर येण्यासाठी काय करावं? आणि ते लवकरात लवकर कसं करावं?'

आपल्या पुढची अडचण सोडवायचा किंवा आपल्यावर आलेल्या वाईट परिस्थितीतून बाहेर पडण्याचा निर्णय घेतल्या घेतल्या तुमच्यावरचा ताण कमी होतो. कारण, बरेचदा काही निर्णय न घेतल्यानं आलेल्या निष्क्रियतेमुळे परिस्थितीचा तणाव आलेला असतो. पण, जेव्हा तुमच्या विचारांमध्ये स्पष्टता येते तेव्हा तुम्हाला खूपच हलकं वाटू लागतं.

सकारात्मक आणि रचनात्मक विचार करा

तुम्हाला एक असामान्य मन लाभलेलं आहे. तुम्ही ते कसं वापरता यावर ते तुम्हाला आनंदी ठेवेल की दुःखी– हे ठरत असतं. 'Paradise Lost' या आपल्या कवितेत जॉन मिल्टननं म्हटल्याप्रमाणे, ''मन स्वतःच स्वतःमध्ये स्वर्गाचा नरक किंवा नरकाचा स्वर्ग बनवू शकतं''.

म्हणून आजच संकल्प करा की आपण आपल्याला लाभलेल्या सुंदर मनाचा उपयोग आपण कोण आहोत, आपल्याला काय हवं आहे आणि आपण कुठे जात आहोत– याविषयीच्या सकारात्मक आणि रचनात्मक विचारांसाठी करणार आहोत.

या क्षणापासूनच असा निश्चय करा की, आता कोणत्याही परिस्थितीचा नकारात्मक 'अर्थ' लावायचा नाही. त्याऐवजी प्रत्येक समस्येतून आणि अडचणीतून चांगलं काय घडू शकतं आणि त्यातून आपण काय धडा घ्यायचा आहे, याचा विचार करा. येणाऱ्या प्रत्येक समस्येला एक आव्हान किंवा संधी समजून ती हाताळा आणि सर्वांत महत्त्वाचं म्हणजे, तुमच्यासाठी महत्त्वाची असलेली ध्येयं पूर्ण करण्याच्या कामी स्वतःला इतकं व्यग्र करा की तुम्हाला चिंता करायला वेळच मिळणार नाही.

शोधा म्हणजे सापडेल

स्वतःच्या हिमतीवर काम करणारा अमेरिकेतला एक सर्वसामान्य माणूस करोडपती झाला. पण, करोडपती होण्यापूर्वी तो अनेकदा तोट्यात गेला होता किंवा तोट्यात जायच्या मार्गावर होता. तरीही, अखेरीस तो धनवान झाला. कारण, प्रत्येक चुकीतून तो काही शिकत गेला. कारकिर्दीच्या सुरुवातीलाच त्याला व्यवसायात घाटा आला नसता तर पुढे यश मिळवण्यासाठी आवश्यक असणारं ज्ञान आणि हुशारी त्याला लाभलीच नसती. त्याची दिवाळखोरी हा त्याच्यासाठी मोठा धक्काच होता. पण, त्या धक्क्यात भविष्यातल्या संपत्तीची बीजं पेरली गेली होती.

अनेक लोकांच्या वैवाहिक किंवा अन्य नातेसंबंधांमध्ये तणाव निर्माण होतो. मग त्या नात्यांचा शेवट चिडचिडीत, कटुतेमध्ये होतो आणि त्यातून

नकारात्मक भावना निर्माण होतात. कालांतरानं त्यांना योग्य जोडीदार लाभतो. ते स्थिरस्थावर होतात आणि सुखानं नांदू लागतात.

आनंदी वैवाहिक आयुष्य जगणारी अनेक जोडपी जेव्हा त्यांच्या सुरुवातीच्या वैवाहिक नात्यामधला तणाव आठवतात तेव्हा त्यांना असं वाटतं की आताचा योग्य जोडीदार लाभण्यासाठी तो तणाव आवश्यकच होता. आधीच्या जोडीदाराबरोबर तणावाचं नातं सांभाळत रहायचा निर्णय घेतला असता, तर कित्येक महिने किंवा कित्येक वर्षं त्रासात काढावी लागली असती, हे ते मान्य करतात.

दुःख आणि पीडा

माणसाला खरी शिकवण केवळ 'दुःख'च देतं आणि वेदना तर आपल्या आयुष्याचा अविभाज्य भाग असते. म्हणूनच ती अटळ असते. पण, खऱ्या अर्थानं दुर्दैवाची गोष्ट ही की लोकांना वेदनादायी अनुभव येतात तेव्हा ते त्यातून काही धडा घेत नाहीत. त्यामुळे त्यांच्याकडून पुन्हा तीच चूक होण्याची आणि त्या चुकीमुळे त्यांना पुन्हा तशीच वेदना भोगावी लागण्याची दाट शक्यता असते.

आरोग्याच्या बाबतीत हे अधिक दिसून येतं. एखादा आजार मागे लागेपर्यंत किंवा एखादी वेदना वारंवार उद्भवू लागेपर्यंत लोक आपल्या शरीराची काळजी घेण्यासाठी वेळ देत नाहीत.

बदल हा अपरीहार्य आणि अटळ आहे. त्यामुळे जेव्हा कोणत्याही प्रकारे तुमची पिछेहाट होईल तेव्हा स्वतःचं मानसिक संतुलन राखण्यासाठी स्वतःला सांगा, ''प्रत्येक बदलामध्ये मला ईश्वरी संकेत जाणवतो आहे'', किंवा ''प्रत्येक गोष्ट घडण्यामागे काही विशेष कारण असतं''. त्यामुळे आयुष्यातला प्रत्येक बदल हा भविष्यातलं आयुष्य आणखी सुंदर करण्याकरता आवश्यक अशा काही नवीन कल्पना, दृष्टिकोन आणि काही लाभ मिळवून देणारा आशिर्वाद आहे असं समजा.

विरोध आणि स्वीकार

कोणत्याही प्रकारच्या बदलासाठी केला जाणारा विरोध हा तणाव, नकारात्मकता आणि अगदी निराशेचंही महत्त्वाचं कारण ठरतो. विरोधाच्या

विरुद्ध असतो स्वीकार. तुमच्या आयुष्यात काही बदल घडला तर त्याचा स्वीकार करा आणि पुढे चला.

यश प्राप्त करून घेण्यासाठीच्या महत्त्वाच्या नियमांमधला एक नियम म्हणजे जे काही घडलेलं आहे, ते आपण बदलू शकणार नाही– या तथ्याचा स्वीकार करणं. स्वत:च्या भावनांना नियंत्रित करून स्वत:ला स्वत:च्या ताब्यात ठेवणं आणि वर्तमानापेक्षा अधिक प्रगती साधणं यासाठी, वास्तव मान्य करून त्याचा स्वीकार करणं ही पहिली पायरी आहे.

प्रतिकूल परिस्थितीवर मात करण्याची क्षमता नसल्यानं अनेक लोक त्याच स्थितीमध्ये वर्षानुवर्षं अडकून राहतात. परिपक्वतेच्या लक्षणांपैकी एक म्हणजे आपण सर्वगुणसंपन्न नाही, हे समजून घेणं आणि त्यामुळे आपणही चुकू शकतो हे मान्य करणं. तुम्ही भूतकाळात केलेल्या काही चुकीच्या निवडींचे आणि काही चुकीच्या निर्णयांचे वाईट परिपाक आणि परिणाम आता समोर आले आहेत. खरं तर कधी ना कधी हे सर्वांच्याच बाबतीत होत असतं.

न पश्चात्ताप करणं, न दोष देणं

पंचवीस वर्षांचा अनुभव असलेल्या एका मानसोपचार तज्ज्ञानं एकदा पत्रकार ई. बी. व्हाईट यांना सांगितलं की भावनिक समुपदेशन सत्राच्या सुरुवातीला 'जर...' हा शब्द त्यानं वारंवार ऐकला होता. त्यांचे क्लायंटस, आपल्या शोकांतिका आणि दीर्घ काळ भोगलेल्या दु:खाच्या कहाण्या सांगताना म्हणत असत, ''जर मी तसं केलं नसतं, जर मी तो निर्णय घेतला नसता, जर मी तो जॉब स्वीकारला असता, जर मी त्या कंपनीमध्ये गुंतवणूक केली असती किंवा जर मी त्या व्यक्तीशी विवाह केला असता...'' भूतकाळात केलेल्या चुकांचा पश्चात्ताप करत राहिल्यामुळे आपण भविष्यातल्या संधींचा फायदा घेऊ शकत नाही.

आनंदी राहण्याच्या रहस्यांमधलं एक रहस्य म्हणजे आपल्या शब्दसंग्रहातून 'जर' हा शब्द काढून टाकणं. जे काही झालं ते झालं, आता त्यात बदल करता येणार नाही हे मान्य करा. ती गोष्ट दुर्दैवाची असली तरी आता ती संपली आहे, होऊन गेली आहे. भूतकाळात जमा झाली आहे आणि ते वास्तव आहे. त्यामुळे ते कधीही बदलता येणार नाही.

'जे आहे, ते आहे', हा २०१०मधला एक लोकप्रिय वाक्प्रचार होता. आता तो वाक्प्रचार तुमचं ब्रीदवाक्य झाला पाहिजे. परिस्थितीचा स्वीकार करा आणि पुढे चालत रहा.

भविष्याचा विचार करा

आयुष्यात आणि नोकरी/व्यवसायात अपरिहार्यतेनं तुमची इच्छा नसलेले बदल घडू शकतात. तसे बदल घडतील तेव्हा त्या संबंधीची जबाबदारी स्वीकारा, भविष्यावर लक्ष केंद्रित करा आणि आपल्या समस्या सोडवत ध्येय गाठण्यावर भर द्या.

हार्वर्ड इथल्या विल्यम जेम्स यांनी म्हटलं आहे, ''जे जसं आहे तसं स्वीकारण्याची तयारी ठेवा. घडून गेलेल्या दुर्दैवी घटनेच्या दुष्परिणामांमधून बाहेर पडण्याची पहिली पायरी म्हणजे त्या घटनेचा स्वीकार करणं''. स्वत:ला आठवण करून द्या की आपण परिस्थितीचे बळी ठरलेलो नाही, तर स्वत:च्या आयुष्यावर आणि भविष्यावर पूर्ण नियंत्रण असलेले एक स्वाभिमानी, आत्मविश्वासपूर्ण, आत्मनिर्भर व्यक्ती आहोत. जे तुमच्या हातात नाही त्यासाठी पश्चात्ताप आणि दु:ख करत बसू नका.

फायदा की नुकसान?

फायद्याची इच्छा ही जीवनाची सर्वांत मोठी प्रेरणा असते. त्याचप्रमाणे, नुकसान होण्याची भीती ही दुसरी मोठी प्रेरणा असते. मानसोपचार तज्ज्ञांच्या मतानुसार, लोकांना फायदा मिळवण्याची जितकी इच्छा असते त्याच्या अडीच पट जास्त भीती नुकसान होण्याची असते. फायदा करून घेण्यासाठी त्यांना काही प्रमाणात प्रेरणा दिली जाऊ शकते; पण, नुकसान झालं की मात्र ते पूर्णपणे कोसळून जातात.

जर तुमचे नातेसंबंध चांगले असतील, चांगली नोकरी असेल किंवा आर्थिक स्थिती स्थिर असेल आणि काही कारणानं यातलं एखादं काही तुम्हाला गमवावं लागलं, तर तुम्ही महिनोन्‌महिने किंवा वर्षानुवर्षं दु:खात आणि पश्चात्तापात बुडून जाता. तुम्ही जी गोष्ट गमावली ती तुमच्याकडे असताना जसे तुम्ही ठीक होतात तसंच भविष्यामध्ये ती गोष्ट तुमच्याकडे नसतानाही तुम्ही ठीकच असणार आहात.

वास्तव कसंही असलं तरी, त्याचा स्वीकार करा. ते वास्तव नाकारण्याचा किंवा त्याविरुद्ध लढण्याचा विचार करू नका. स्वत:ची कीव करणं थांबवा आणि 'जर' आपण वेगळं काही केलं असतं तर ती दुर्दैवी घटना घडली नसती, असं स्वत:ला सांगत राहणंही सोडून द्या.

झालेलं नुकसान बुडीत खर्चाप्रमाणे स्वीकारा

अकाउंटिंगमध्ये बॅलन्सशीटवर नोंदल्या जाणाऱ्या खर्चांमध्ये एक खर्च असतो : बुडीत खर्च.

म्हणजे एखाद्या गोष्टीसाठी केलेला खर्च वाया जाणं. जाहिरातीसाठी केलेल्या खर्चाप्रमाणे किंवा जी वस्तू खरेदी केली ती कालबाह्य झाल्यामुळे वाया गेलेल्या खर्चाप्रमाणे हा खर्चही परत मिळवता येत नाही. तुमच्या आयुष्यातही असे अनेक बुडीत खर्च झालेले असतात. काही लोकांसाठी, एखाद्या कामासाठी किंवा आर्थिक गुंतवणुकीसाठी तुम्ही मोठ्या प्रमाणावर वेळ, पैसा आणि भावनांची गुंतवणूक केली असेल. पण, काही वेळा त्यामध्ये अनपेक्षित नुकसान होतं किंवा अडचणी येतात आणि तुमची गुंतवणूक वाया जाते. आता अयशस्वी ठरलेल्या नात्यामध्ये किंवा यशाची अजिबात शक्यता नसलेल्या एखाद्या गोष्टीमध्ये मोठ्या प्रमाणात वेळ आणि भावनांची जी काही गुंतवणूक तुम्ही केली आहे ती सर्व आता बुडीत खर्च ठरलेली आहे, हे मान्य करा आणि तो सोडून द्यायचा निश्चय करा. ते नुकसान कायमचं झालेलं आहे. त्या गोष्टींसाठी आता पुन्हा वेळ खर्च करू नका.

'माझा विचार अयोग्य होता. माझ्याकडून चूक झाली. आता मी माझा विचार बदलला आहे', हे मान्य करण्याचं धाडस तुमच्यामध्ये येईल तेव्हाच तुम्हाला त्या घडून गेलेल्या दुर्दैवी घटना सोडून देणं सोपं होईल आणि हा आपल्यासाठी एक वैयक्तिक विकास घडवणारा धडा होता, असं समजता येईल.

आता हे करा

सध्या तुमच्या पुढे असलेली एखादी समस्या किंवा आव्हान आठवा. त्यात काही चांगला पैलू आहे का आणि त्यात आपल्यासाठी काही महत्त्वाचा धडा आहे का, ते बघा. त्यातून जास्तीतजास्त वाईट काय होऊ शकेल याचा विचार करा, ते घडलं तर ते स्वीकारण्याची तयारी ठेवा आणि मग ते होऊ नये यासाठी जे काही शक्य असेल ते सर्व करण्याचा प्रयत्न करा.

८

आत्मविश्वासाने पुढे झेप घ्या

सुरुवातीला तळं तयार होतं तेव्हा त्यामध्ये झऱ्याचं थंडगार, स्वच्छ पाणी साठत जातं. जलचरांच्या वाढीसाठी, त्यांच्या जलविहारासाठी आणि त्यांना सुखानं जगता यावं यासाठी ते तळं अगदी योग्य असतं. मग त्या सुंदर, निरोगी आणि आनंदी जलचरांच्या ऐवजी तिथे नकारात्मक भावनांचे बेडूक कसे निर्माण होतात, कसे वाढत जातात?

प्रत्येक लहान मूल या जगात येताना आपल्या बरोबर 'शुद्ध भावना' घेऊन आलेलं असतं. आपलं व्यक्तिमत्त्व असामान्य घडवण्याची, उत्तमोत्तम कार्य करण्याची, चांगलं आरोग्य, उच्चतम स्तरावरचा आनंद आणि आयुष्यभराची समृद्धी प्राप्त करून घेण्याची क्षमता त्याच्यामध्ये उपजतच असते. मानववंशाच्या इतिहासात कधी नव्हे इतकं चांगलं आणि दीर्घ आयुष्य आजच्या मानवाला मिळू शकतं आणि मानवासाठी काळाची ही अनुकूलता दिवसेंदिवस वाढतच जात आहे.

मूल जन्माला येतं तेव्हा ते अगदी आशावादी, निर्भय आणि कोणत्याही सवयी नसलेलं,

"एखाद्या गोष्टीसाठीचे प्रयत्नच सोडून देण्याइतकं मोठं अपयश नसतं आणि जोवर मन हार मानत नाही तोवर कधीच हार होत नसते, तसंच, कोणताही अडथळा पार करणं हे, आपला दुबळा उद्देश साध्य करण्याइतका अवघड नसतो."

ऑरीसन स्वेट मारडन

उत्साही, जिज्ञासू आणि स्पर्श-स्वाद-गंध अशा संवेदनांद्वारे आपल्या आसपासचं जग जाणून घ्यायला उत्सुक असतं. (तुम्हाला कधीतरी एखादं नकारात्मक विचार करणारं मूल दिसलं आहे का?)

तळं प्रदूषित करणारे दोन मुख्य घटक

लहान मुलं स्वभावतःच सकारात्मक असली तरी आईवडिलांनी दिलेल्या चुकीच्या वागणुकीमुळे मुलांना लहानपणापासूनच 'घातक टीका' आणि 'प्रेमाचा अभाव' जाणवू लागतो. यातली एक किंवा या दोन्ही गोष्टी प्रौढ वयात येणाऱ्या निराशेचं आणि अकार्यक्षमतेचं मूलभूत कारण ठरतात.

घातक टीका, हे एकमेव कारणही माणसाच्या उपजत क्षमतांचा मोठा शत्रू ठरू शकतं आणि हा शत्रू कर्करोगापेक्षा किंवा हृदयविकारापेक्षाही अधिक घातक असू शकतो. त्या आजारांमुळे हळूहळू शारीरिक झीज होऊन माणूस मरू शकतो, पण, घातक टीका व्यक्तीच्या आत्म्यावर आघात करते आणि तिचं चालतं-बोलतं शरीर जणू आत्मा हरवून बसतं.

जेव्हा काही आईवडील आधी आपल्या अपत्याचे प्रेमानं लाड पुरवतात आणि नंतर ते प्रेम नाकारून आपल्या मुलांवर ताबा ठेवण्याचा प्रयत्न करतात, तेव्हा नकळत मुलामध्ये प्रचंड असुरक्षिततेची भावना निर्माण करत असतात. त्या भावनेतून त्या मुलांमध्ये पुढे स्वतःविषयी शंका, चिंता, काळजी, अपुरेपणाची भावना आणि न्यूनगंड, निरुत्साह, आपण इतरांच्या अपेक्षा पूर्ण शकणार नाही अशी भीती, त्यामुळे सतत अचूकतेसाठीची तळमळ आणि संघर्षाची किंवा मोकळेपणानं वागण्याची भीती निर्माण होते.

'घातक टीका' आणि 'प्रेमाचा अभाव' या दोन्हींमुळे मुलं शारीरिक आणि भावनिक स्तरांवर दुर्बल होतात. त्यामुळे भविष्यात त्या मुलामध्ये अनेक शारीरिक आणि मानसिक व्याधी निर्माण होण्याची शक्यता असते. त्या मुलाला लहानपणी आणि मोठं झाल्यावरही शारीरिक थकवा, सततचं सर्दी-पडसं, ताप, पोटाचे विकार आणि मनोकायिक आजार संभवतात.

भावनिक स्तरावरच्या हानीमुळे विविध प्रकारच्या नकारात्मक भावना निर्माण होतात, ज्या मोठेपणी दुःख आणि निराशेचं कारण ठरतात.

क्रिस्टीनानं अनेक वर्षं वारंवार होणाऱ्या पोटदुखीचा आणि डोकेदुखीचा त्रास सहन केला. तिनं त्यावर अनेक उपाय करून बघितले. तिनं आपल्या

आहारात बदल केला, अनेक प्रकारचे औषधोपचार केले, एवढंच नाही- तर अनेक वर्षं वेगवेगळ्या उपचारपद्धती योजून पाहिल्या. मग मात्र, तिचं आयुष्यच बदलून टाकेल असं काही खास तिला सापडलं. तिच्या लक्षात आलं की जेव्हा आपण आपले विचार किंवा भावना व्यक्त करत नाही तेव्हा आपलं डोकं दुखू लागतं. जेव्हा तिला एखादी गोष्ट पटत नसतानाही ती सहन करत राहावी लागत असे किंवा बिघडलेली नाती सांभाळत राहावं लागत असे तेव्हा तिची पोटदुखी सुरू होत असे.

जेव्हा तिला स्वत:विषयीची ही तथ्यं लक्षात आली तेव्हा आपण स्वत:च्या शरीरानं दिलेले संदेश समजून घ्यायला हवेत याची तिला प्रकर्षानं जाणीव झाली आणि मग तिनं आपलं वागणं शक्य तितकं स्पष्ट ठेवायचं ठरवलं. त्यानंतर तिची डोकेदुखी किंवा पोटदुखी काही मिनिटांतच बरी होत असे. कारण त्या वेदना आपल्याला आपल्या वागण्याविषयी सावध करत आहेत हे तिला समजलं होतं. या सगळ्यातून ती काय शिकली? तर आपण सर्वांनीच आपल्या शरीराचं ऐकलं पाहिजे आणि आपल्या भावनांविषयी सजग राहिलं पाहिजे. बऱ्याच लोकांच्या बाबतीत त्यांच्या आयुष्यातल्या भावनिक असंतुलनाचे परिणाम त्यांच्या संवेदनशील शरीरावर दिसू लागतात. शरीर आणि मन यांचा एकमेकांशी घनिष्ठ संबंध असतो; तुम्ही तुमच्या शरीराविषयी जितके जागृत राहाल तितके तुम्ही तुमच्या भावनिक गरजांशी सुसंगत राहाल.

नुकसान आणि टीका यांची भीती

नकारात्मक भावना अनेक प्रकारच्या असतात; पण, त्यांच्यातल्या ९९% भावना दोन मोठ्या घटकांशी निगडित असतात: अपयशाची भीती आणि नाकारलं जाण्याची भीती.

लहानपणी असलेली अपयशाची भीती, मोठेपणी 'नुकसानाच्या भीती'मध्ये रूपांतरित होते. ज्या लोकांना लहानपणी घातक टीका सहन करावी लागलेली असते त्यांना मोठेपणी आर्थिक नुकसानाची, आरोग्याच्या नुकसानाची, प्रतिष्ठेच्या नुकसानाची, असुरक्षतेची आणि इतरांकडून मिळणारं प्रेम गमावण्याची भीती वाटत असते. त्यांनी त्यांच्या कार्यक्षेत्रात कितीही यश मिळवलेलं असलं तरीही, एक दिवस हे सगळं आपल्यापासून हिरावलं

जाईल आणि आपल्याला पुन्हा शून्यातून सुरुवात करावी लागेल- अशा भयगंडानं त्यांना ग्रासलेलं असतं.

मोठेपणी नाकारलं जाण्याची भीती सतावते त्याचं कारण आधी अनुभवलेल्या घातक टीकेमध्ये असतं. काही लोकांमध्ये ही भीती इतकी टोकाची असते की इतर लोकांचे, अगदी पूर्णपणे अनोळखी लोकांचेही विचार, त्यांनी वापरलेले शब्द, त्यांचा दृष्टिकोन एवढंच नाही; तर त्यांचं आपल्याकडे बघणं- याविषयी ते अतिसंवेदनशील होतात. शिवाय, ज्यांना ते आपलंसं करू इच्छितात अशा लोकांकडून नाकारलं जायची भीतीही त्यांना सतावत असते. नाकारलं जाण्याच्या भीतीमधूनच पुढे, ज्यांच्याकडून आदर अपेक्षित आहे त्यांचा आपल्याविषयीचा आदर कमी होण्याची भीती निर्माण होते. त्यामुळे इतरांच्या उपस्थितीत आपण संकोचून जाऊ किंवा आपलं हसं होईल की काय, अशी भीती त्यांना वाटत असते. चारचौघांमध्ये बोलण्याच्या भीतीमागे नाकारलं जाण्याची भीती हे मूळ कारण असतं. ही भीती वाढत गेली, तर पुढे मरणप्राय भीतीचं रूप धारण करते आणि आयुष्यातल्या मोठ्या भयगंडांमधली एक ठरते.

आपल्या आयुष्यात आणि आपण घेत असलेल्या निर्णयांमध्ये आपल्याला वाटत असणाऱ्या कोणत्याही भीतीचा प्रभाव किती असतो हे समजावण्यासाठी आम्ही आमच्या कार्यशाळांमध्ये नेहमी दोन प्रश्न विचारतो:

> ***प्रश्न १ :*** ''समजा, आज तुम्ही आर्थिक दृष्टीनं स्वावलंबी असाल आणि पुढचं संपूर्ण आयुष्य पुरेल एवढा पैसा तुमच्याकडे असेल तर तुम्ही वेगळं असं काय कराल? कुठे जाल आणि कशातून बाहेर पडाल? तुम्ही काय नव्यानं सुरू कराल किंवा काय करायचं थांबवाल?''
>
> मुद्दा असा आहे की, जर तुम्हाला गरिबीची चिंता नसेल, तुम्हाला अपेक्षित असलेली किंवा गरजेची असलेली संपत्ती तुमच्याकडे असेल, तर संभवत: तुम्ही तुमच्या आयुष्यात नाट्यात्मक बदल घडवून आणू शकता.
>
> साधारणपणे लोक, त्यांना जाणवत असलेल्या भीतीअनुसार, आपलं आयुष्य कसं जगायचं ते ठरवत असतात. सुरक्षिततेचा

अति विचार केल्यामुळे ते त्यांच्या योग्यतेहून कमी प्रतीची नोकरी स्वीकारतात. एकटेपणाच्या भीतीमुळे नाती त्रासदायक असली तरी त्यामध्ये गुंतून राहतात. आपल्यावर कधी टीका केली जाऊ नये, आपल्याला संकोच वाटू नये आणि आपण नाकारले जाऊ नये यासाठी असे लोक नेहमी निष्क्रिय असणारे आणि स्वत:सारखाच विचार करणारे मित्र निवडतात.

प्रश्न २ : ''आपल्याला अपयश येणार नाही अशी खात्री असेल तर तुम्ही कोणतं मोठं धाडसी स्वप्न बघाल?''

छोटं-मोठं, अल्पकालीन-दीर्घकालीन असं कोणतंही एक ध्येय यशस्वी होण्याची संपूर्ण खात्री असेल तर तुम्ही स्वत:साठी असं कोणतं मोठं, आनंददायी आणि आव्हानात्मक ध्येय निश्चित कराल?

कोणती भीती आपल्याला पुढे जाण्यापासून रोखते आहे हे, या प्रश्नामुळे समजतं. तुम्ही प्रयत्न करत असलेल्या कोणत्याही एका गोष्टीमध्ये तुम्हाला यश मिळण्याची खात्री दिली गेली तर तुम्ही बहुधा तुमच्या 'हृदयात दडलेली इच्छा' व्यक्त करता. अशी इच्छा तुमच्यासाठी सर्वांत मोठी, सुंदर असते आणि ती पूर्ण करण्यासाठीच तुम्ही जन्म घेतलेला असतो.

सर्वार्थानं कार्यक्षम व्यक्ती

मानसोपचार तज्ज्ञ कार्ल रॉजर यांनी उच्चतम पातळीवरचा मानसिक विकास साधलेल्या व्यक्तीची व्याख्या करताना त्या व्यक्तीला, 'सर्वार्थानं कार्यक्षम व्यक्ती', असं म्हटलं आहे. अशी व्यक्ती अतिशय स्वाभिमानी असते, स्वत:विषयी समाधानी असते. तिला स्वत:विषयी आणि जगाविषयी पूर्ण विश्वास वाटत असतो. सर्वार्थानं कार्यक्षम व्यक्तीचं ठळक लक्षण म्हणजे ती व्यक्ती कधीच 'बचावात्मक पवित्रा' घेत नाही.

सर्वार्थानं कार्यक्षम व्यक्तीला कधीही इतरांसमोर स्वत:ची बाजू मांडण्याची किंवा स्पष्टीकरण देण्याची गरज वाटत नाही. अशी व्यक्ती इतरांच्या मतांचा विचार करते; पण, स्वत:चं आयुष्य स्वत:च्या

विचारधारेअनुसार, स्वत:च्या भावना, मूल्य आणि आदर्श जपतच जगते. ती समजूतदार, रुबाबदार, आनंदी आणि उत्साही असते. अशा व्यक्तीचं व्यक्तिमत्त्व 'पूर्णत: परिपक्व आणि पूर्णत: समन्वित' असतं. आपण इतरांसाठी काहीही सिद्ध करण्याची गरज नाही असं तिला वाटत असतं. समर्थ आणि समाधानी व्यक्तिमत्त्वाच्या या स्तरापर्यंत पोहोचणं हे आपल्यापैकी प्रत्येकाचं ध्येय असायला हवं.

आता हे करा

कल्पना करा की– तुम्ही श्रीमंत, यशस्वी, समर्थ आणि लोकप्रिय आहात. स्वत:ला अपेक्षित असलेली सर्व ध्येयं तुम्ही प्राप्त करून घेतलेली आहेत आणि आता तुम्ही आर्थिक दृष्टीनं स्वावलंबी आहात, असं स्वत:विषयीचं एक स्पष्ट चित्र मनात निर्माण करा.

तुम्ही स्वत:ला जसं घडवू इच्छित आहात तसे तुम्ही आधीच झाला आहात, हे बघितल्यावर तुम्हाला काय वाटेल? तेव्हा तुम्ही इतरांना, तुमच्या सहकाऱ्यांना, सहकर्मींना आणि हाताखालच्या लोकांना कशी वागणूक द्याल?

१

समस्यारूपी ओंगळ बेडकांचा निरोप घ्या

तुम्ही जसे घडण्यासाठी योग्य आहात तसं घडण्यापासून तुम्हाला परावृत्त करणारं जर काही असेल तर ते म्हणजे तुमच्यामधली 'अपराधीपणाची आणि अयोग्यतेची भावना'. या भावनांपासून सुटका कशी करून घ्यायची हे जर समजलं नाही तर यश आणि आनंदाच्या तुमच्या सर्व स्वप्नांना आणि सर्व आशा-आकांक्षांना त्या भावनांमुळे सुरुंग लावला जातो.

अपराधीपणाची भावना निर्माण केली जाते

अपराधीपणाची भावना जन्मजात नसते. ती मोठेपणी येते. आपल्यातली अपराधीपणाची प्रत्येक भावना, पूर्वी कधीतरी आपल्या आईवडिलांनी, भावंडांनी आणि अन्य लोकांनी आपल्या मनात भरवलेली असते. ज्याप्रमाणे ही भावना मनात भरवली जाते, त्याप्रमाणे ती मनातून काढूनही टाकली जाऊ शकते.

"त्याच्यामध्ये अंतर्भूत असणारी शक्ती त्याच्यासाठी नवी आहे आणि त्या शक्तीचा वापर कसा करून घ्यायचा हे केवळ तोच जाणू शकतो. पण, जोपर्यंत तो प्रयत्न करत नाही तोपर्यंत ते अशक्य आहे."

राल्फ वाल्डो इमर्सन

आईवडील आपल्या मुलांमध्ये अपराधीपणाची भावना निर्माण करतात, कारण, त्यांच्या आईवडिलांनीही त्यांच्या बाबतीत तसंच केलेलं असतं. हे असं पिढ्यान्‌पिढ्या चालत आलेलं असतं. ही गोष्ट बोलण्याचालण्यात इतकी मुरलेली असते की आपण अपराधी भावना तयार करत आहोत, हे कुणाच्या लक्षातही येत नाही.

काही ठिकाणी 'नकारात्मक धर्म' पाळला जातो. तिथे समाजवादी तसंच साम्यवादी विचारधारांमध्ये लोकांना सहजतेनं 'नियंत्रित' करता यावं यासाठी त्यांच्या भावना नष्ट करून त्यांचं व्यक्तिमत्त्व उद्‌ध्वस्त करण्यासाठी अपराधीपणाच्या भावनेचा उपयोग पद्धतशीरपणे आणि जाणूनबुजून केला जातो.

परिस्थितीची चतुर हाताळणी आणि नियंत्रण

जेव्हा अपराधीपणाच्या भावनेचा उपयोग जाणूनबुजून केला जातो, तेव्हा त्याची दोन कारणं असतात : परिस्थितीची चतुर हाताळणी आणि नियंत्रण. अनेक शतकांपूर्वीच लोकांच्या (आईवडिलांसह) लक्षात आलं आहे की, जर एखाद्याच्या मनात एखाद्या गोष्टीविषयी अपराधीपणाची भावना निर्माण केली तर त्या व्यक्तीच्या भावना अगदी सहजतेनं नियंत्रित केल्या जाऊ शकतात आणि जर त्यांच्या भावना नियंत्रित करता आल्या, तर त्यांना आपल्या मनाप्रमाणे काही गोष्टी करण्यासाठी किंवा न करण्यासाठी भाग पाडणं शक्य होतं. म्हणूनच, लोकांना आतून कमकुवत करणं आणि त्यांच्यावर नियंत्रण ठेवणाऱ्या लोकांना विरोध करण्याची त्यांची क्षमता कमी करणं, यासाठी वापरली जाणारी अपराधीपणाची भावना अतिशय घातक आणि वाईट आहे.

लहानपणी झालेल्या घातक टीकेमुळे आणि प्रेमाच्या अभावामुळे लहान मुलं अपराधी भावनेची शिकार होऊ शकतात. शिवाय, ज्या वेळी मुलांना सांगितलं जातं की, तुमच्यात काही चांगलं नाही किंवा तुम्ही मूर्ख आहात किंवा आईवडिलांना निराश करत आहात किंवा बाहेरच्या जगाशी स्पर्धा करण्यायोग्य नाही आहात, तेव्हा त्या मुलांमध्ये अयोग्यतेची भावना मूळ धरू लागते.

चांगलं किंवा वाईट

मुलांच्या वाढीच्या वयात त्यांच्यावर सातत्यानं टीका केली गेली, तर काही काळानं तेच स्वतःवर 'टीका' करू लागतात. अशा प्रकारे, स्वतःवर टीका करत राहिल्यानं इतरांच्या तुलनेत स्वतःकडे नकारात्मक दृष्टीनं बघितलं जाऊ लागतं. खेळ, अभ्यास किंवा सामाजिक कार्य अशा कोणत्याही बाबतीत आपल्या आसपासचे लोक आपल्यापेक्षा काही चांगलं करत आहेत– असं त्यांना वाटत राहतं. कारण, त्यांच्यामध्ये न्यूनगंड असतो. त्यामुळे जर कोणी व्यक्ती एखाद्या क्षेत्रात त्यांच्यापेक्षा चांगलं काम करत आहे असं दिसलं तर ती व्यक्तीच त्यांच्यापेक्षा चांगली आहे, असा निष्कर्ष ते काढतात.

स्वतःची तुलना इतरांशी अशा नकारात्मक पद्धतीनं केल्यावर अपराधीपणानं ग्रस्त लोक निष्कर्ष काढतात : 'जर एखादी व्यक्ती माझ्यापेक्षा काही चांगलं काम करत असेल तर त्या व्यक्तीची 'योग्यता' माझ्याहून अधिक असणार. जर तिची योग्यता माझ्याहून अधिक असेल तर याचा अर्थ मी 'अयोग्य' आहे.'

अशा प्रकारे, अपराधीपणातून अखेरीस आपोआपच 'अयोग्यते'ची भावना निर्माण होते. ज्या लोकांना आपण 'अयोग्य' आहोत, कमकुवत आहोत, कमी महत्त्वाचे आहोत, असं वाटतं त्या लोकांना असुरक्षितता जाणवते. ते सतत निराशावादी, चिडचिडे होतात आणि असमाधानी राहतात. उदाहरणार्थ, आज कैदेत असलेल्या लोकांपैकी बऱ्याच लोकांमध्ये जबाबदारीची जाणीव आणि आत्मसन्मान 'शून्य' असलेला दिसतो. "तू चांगला नाहीस आणि अखेरीस तू तुरुंगातच जाणार", असं आपले आईवडील वारंवार आपल्याला म्हणत असत हे त्यातल्या अनेक लोकांना स्पष्टपणे आठवत असतं.

आपण बळी ठरल्याची भावना

अपराधीपणाच्या भावनेमुळे लोकांना लगेचच आपण आयुष्याचे, परिस्थितीचे, दैवाचे, समाजाचे आणि अन्य गोष्टींचे बळी ठरलो आहोत असं वाटू लागतं आणि त्यांची ती भावना, 'माझ्यात काही चांगलं

नाही', या शब्दांत व्यक्त होते. असे लोक सातत्यानं स्वत:ची तुलना इतरांशी करत राहतात आणि म्हणतात, ''माझ्यात फारशी हुशारी नाही'', ''माझ्यात फारशी बुद्धिमत्ता नाही'', ''माझ्यात स्पर्धा करण्याची कुवत नाही'', ''मी योग्य नाही'', ''मला जमणार नाही! मला जमणार नाही! मला जमणार नाही!''

आता हे करा

अपराधीपणाच्या भावनेमुळे माणूस नेहमी विचार करतो की, आपल्याला काय वाटतं यापेक्षा इतरांना काय वाटतं, त्यांना काय हवं आहे याची काळजी घेतली पाहिजे. आपण काही निर्णय घेण्यापूर्वी कोणाचीतरी परवानगी घ्यायला हवी असं त्यांना वाटतं. असं होऊ नये म्हणून तुम्हाला ज्यामध्ये अपराधी वाटू शकेल अशा एखाद्या घटनेची कल्पना करा आणि आपण इतरांचा किती विचार करायचा याची मर्यादा आधीच ठरवून घ्या.

उदाहरणार्थ, पूर्वी क्रिस्टीनाच्या मनात नसलं तरीही ती नवऱ्याला सहकार्य म्हणून त्यानं ठरवलेल्या सामाजिक कार्यक्रमासाठी किंवा भेटीगाठींसाठी जात असे. कारण, केवळ आपल्याला जे हवं त्याला प्राधान्य देणं हा तिला अपराध वाटत असे. आता तिनं आधीच आपल्या मर्यादा आखून घेतल्या आहेत. जेव्हा असा एखादा कार्यक्रम असेल तेव्हा तिच्या नवऱ्यानं आधीच तिला सांगायला हवं आणि तिनं तिथे यायचं की नाही, हे तिलाच ठरवू द्यायला हवं, असं त्यांनी ठरवलं आहे. अशा प्रकारे, आता ते दोघं एकमेकांच्या मतांचा आदर ठेवतात. त्यामुळे क्रिस्टीनाच्या वागण्यावर अपराधी भावनेचा परिणाम होत नाही.

बळीची भाषा टाळा

लोकांच्या मनात एकदा अपराधीपणा, अयोग्यता आणि न्यूनगंडाच्या भावनेनं घर केलं की ते 'बळीची भाषा' वापरायला लागतात आणि त्या भावनांना जोर देत राहतात. तुम्हाला स्वत:विषयी जे वाटतं आणि तुम्ही स्वत:ला जे समजता त्याचा ९५% भाग हा दिवसभरात तुम्ही स्वत:शी जे

काही बोलता, स्वसंवाद साधता त्यावर अवलंबून असतो. स्वत:ला बळी समजणाऱ्या अपराधी भावनेनं ग्रस्त लोकांच्या स्वसंवादात इतरांविषयी तक्रारी, टीका आणि इतरांना दोष देणं एवढंच असतं.

ते आपल्या कामासंबंधी आणि वैयक्तिक संबंधांविषयी बोलताना म्हणतात, ''मी प्रयत्न करेन'' किंवा ''मी जमेल तितकं करेन''. असं बोलणं म्हणजे पुढे येणाऱ्या अपयशासाठी 'आधीच' सबब तयार करणं. लोक जेव्हा असं बोलतात तेव्हा त्यांना अपयश येणार आहे आणि ते निराश होणार आहेत, हे लक्षात येतं. खरं तर, हे त्यांनाही माहीत असतं. स्टार वॉर्समधला योद्धा म्हणतो त्याप्रमाणे, ''एक तर करा किंवा करू नका. 'प्रयत्न' अस्तित्वातच नाही''.

टीका करणं आणि तक्रार करणं हेसुद्धा स्वत:ला बळी समजणाऱ्यांच्या भाषेचे प्रकार आहेत. एखाद्यावर टीका करत असताना आणि त्याची तक्रार करत असताना, तुम्ही स्वत:ला त्या व्यक्तीचा बळी ठरवत असता.

जे लोक स्वत:ला बळी समजत असतात ते सतत 'सबबी' देत राहतात. एखाद्या कामाचा प्रयत्न न करण्याविषयी, ध्येय न ठरवण्याविषयी, व्यवस्थित न वागण्याविषयी, आपल्या जबाबदाऱ्या पूर्ण न करण्याविषयी आणि त्यांच्यावर सोपवलेलं काम पूर्ण न करण्याविषयी ते सतत कारणं आणि स्पष्टीकरणं देत राहतात. ते नेहमी स्वत:ला बळी समजत राहतात. आपली काहीच चूक नाही, असं त्यांना वाटत असतं.

स्वत:ला अपराधीपणाच्या भावनेतून मुक्त करा

तुमच्या मनात अगदी लहानपणापासून अपराधीपणाची भावना असली, तरी पुढे दिलेल्या चार टप्प्यांद्वारे त्यातून सुटका करून घेणं शक्य आहे :

पहिला टप्पा : अगदी या क्षणापासून 'कोणत्याही गोष्टीसाठी स्वत:वर टीका करणं थांबवा'. स्वत:च्या बाबतीत जे खरोखरीच घडावंस वाटत नसेल, ते बोलू नका. तुम्ही स्वत:विषयी जे शब्द बोलता आणि ज्या शब्दांवर विश्वास ठेवता ते शब्द तुमच्या शब्दसंग्रहातले सर्वांत सामर्थ्यवान शब्द आहेत हे लक्षात ठेवा. त्यामुळे ते शब्द सकारात्मक आणि ऊर्जात्मक असतील याची काळजी घ्या.

तुम्ही स्वत:विषयी वारंवार म्हणायला हवेत असे चांगले शब्द म्हणजे, 'मी मला आवडते/आवडतो!', 'मी हे करू शकेन!' आणि 'मी जबाबदार आहे!' ही सकारात्मक विधानं मनात वारंवार घोळवत असताना त्याच वेळी नकारात्मक आणि अपराधी वाटणं केवळ अशक्य आहे.

टप्पा दुसरा : कोणत्याही गोष्टीसाठी 'कोणावरही टीका करणं टाळा'. तुमच्या शब्दसंग्रहातून घातक टीकेसाठी वापरले जाणारे शब्द काढून टाका. स्वत:ला असं घडवा की लोक तुमच्याकडून 'कधीच त्यांना नाउमेद करणारे शब्द ऐकणार नाहीत'.

इतरांमधले चांगले गुण बघण्याची आणि त्याविषयी त्यांची प्रशंसा करण्याची सवय लावून घ्या. तुम्ही जेव्हा जेव्हा इतर कोणासाठी काही कारणानं चांगले शब्द वापरता तेव्हा त्या व्यक्तीचा आत्मसन्मान वाढवत असता आणि जेव्हा तुम्ही इतरांचा आत्मसन्मान वाढवता, तेव्हा तुमचा स्वत:चा आत्मसन्मानही त्याबरोबरीनं वाढत असतो.

टप्पा तिसरा : कोणत्याही कारणानं 'इतर कोणाला अपराधी ठरवणं सोडून द्या'. अपराधी भावना व्यक्त करणारे शब्द तुमच्या शब्दसंग्रहातून, तुमच्या कुटुंबातून आणि तुमच्या मित्रमंडळातूनही काढून टाका. लोकांनी जे केलं आहे किंवा जे केलं नाही त्यासाठी त्यांना अपराधी वाटेल असं काहीही करू नका.

तुम्ही इतरांना देऊ शकत असलेली सर्वांत मोठी भेट म्हणजे, 'त्यांना दिलेलं निर्हेतुक प्रेम आणि त्यांचा केलेला स्वीकार'. याचा अर्थ ते करत असलेल्या किंवा करत नसलेल्या कोणत्याही गोष्टींसाठी त्यांच्यावर कधीही टीका करायची नाही. तुम्ही त्यांची प्रशंसा करा, त्यांचा स्वीकार करा आणि ते जमलं नाही तर निदान शांत रहा.

टप्पा चौथा : इतर लोक जर तुम्हाला 'अपराधी वाटून घ्यायला लावत असतील', तर ते होऊ देऊ नका. आजपासून कोणीही आणि कोणत्याही कारणानं तुम्ही अपराधी आहात, हे तुम्हाला जाणवून देत असेल तर ते मान्य करू नका.

जर तुमचे आईवडील किंवा इतर कोणी तुम्ही अपराधी आहात असं जाणवून द्यायचा प्रयत्न करत असेल तर त्यांना थेट विचारा, ''तुम्ही मला

अपराधी वाटून घ्यायला भाग पाडत आहात का? नाही ना?'' आणि मग शांत रहा.

बरेचसे लोक, आपण दुसऱ्याला अपराधी ठरवून त्याचा फायदा घेत आहोत, हे मान्य करत नाहीत. ते म्हणतात, ''अजिबात नाही''.

पण जर तुम्ही विचारलत की, तुम्ही मला मी अपराधी ठरवता आहात का? आणि ती व्यक्ती उत्तरली, 'हो'. तर एवढंच म्हणा की, बरं, मग त्याचा काहीही उपयोग होणार नाही.

तुम्हाला अपराधी वाटायला लावून तुमचा फायदा घ्यायची सवय असणाऱ्या लोकांना जेव्हा तुम्ही सांगाल की, आता असं काही होणार नाही, तेव्हा त्या लोकांना जे काही वाटेल ते मजेदार असेल. पहिल्यांदा ते चिडतील, गोंधळून जातील. पण, आता तुम्हाला अपराधी सिद्ध करण्यानं तुमच्या वागण्यावर काहीच परिणाम होणार नाही हे लक्षात आल्यावर त्यांच्यात बदल होऊ लागेल आणि ते तुमच्याशी सकारात्मक पद्धतीनं वागू लागतील. करून तर बघा.

आपल्या मनातल्या सर्व प्रकारच्या नकारात्मक भावना काढून टाकणं हे तुमच्या आयुष्यातलं सर्वांत मोठं ध्येय असायला हवं. सकारात्मक भावना निर्माण करणारी दोन प्रभावी विधानं म्हणजे, 'मी मला आवडतो/आवडते' आणि 'मी जबाबदार आहे'.

तुम्ही स्वत:च स्वत:ला जितके आवडत जाल, तितकी स्वत:ची जास्त जबाबदारी स्वीकारत जाल आणि जितकी जास्त जबाबदारी स्वीकारत जाल, तितके स्वत:च स्वत:ला जास्त आवडायला लागाल. कारण या दोन्ही गोष्टी एकमेकांना पूरक आहेत.

आता हे करा

तुमच्या मनात अपराधी भाव जागवून तुम्हाला आपल्या मनाप्रमाणे वागायला लावणारं कोणी आहे का, ते ओळखा आणि पुन्हा तसं काही झालं तर ते थांबवण्याचा निश्चय करा. आधीच आपल्या मर्यादा आखून घेऊन तुम्ही हे करू शकता. उदाहरणार्थ, जर एखाद्या मीटिंगमध्ये तुमच्या वेळेची किंमत न करता कोणी नेहमीच स्वत:साठी ठरल्यापेक्षा जास्त वेळ घेत असेल, तर त्या व्यक्तीला पंधरा मिनिटांचा अवधी द्या. दिलेली पंधरा

मिनिटंच वापरता येतील किंवा तिथून निघून जावं लागेल, अशी ताकीद द्या. पण, तेव्हा तुम्ही मात्र तुमची वेळ पाळायला हवी.

एकदा एखाद्या व्यक्तीशी अशा प्रकारे वागून आपल्यातला भिडस्तपणा घालवल्यावर तुमच्यात आत्मविश्वास येईल आणि मग तुम्ही सर्वांशीच असे ठामपणे वागू शकाल.

एखादी परिस्थिती असो किंवा एखादं नातं, त्याच्या मर्यादा जोखणं आणि ते शक्य तितकं ताणणं हा मानवी स्वभावच असतो. आपल्याला अपराधी ठरवणाऱ्यांपासून स्वत:ला खंबीरपणे वाचवण्याचा उत्तम उपाय म्हणजे सुरुवातीपासूनच आपल्या मर्यादा निश्चित करणं. इतरांशी व्यवहार करताना भावनिक आणि शारीरिक दृष्टीनं तुमच्यासाठी किती आणि काय करणं शक्य आहे याचा विचार करा. जेव्हा तुम्ही आपल्या अशा मर्यादा स्पष्ट करता, तेव्हा लोक तुमची परीक्षा घेऊ शकतात. पण, अखेरीस ते तुमच्या सीमा मान्य करतात. मात्र, जेव्हा तुम्ही तुमच्या मर्यादा स्पष्ट करत नाहीत तेव्हा लोक नेहमीच तुमचा जास्तीतजास्त फायदा घेण्याचा प्रयत्न करतात. म्हणूनच आपल्या वागण्यात स्पष्टता राखणं महत्त्वाचं आहे.

आता हे करा

तुम्हाला अपराधी वाटायला लावणाऱ्या व्यक्तीशी तुम्ही थेट संघर्ष करू शकत नसलात, तर एका रिकाम्या खुर्चीसमोर बसा आणि ती व्यक्ती त्या खुर्चीवर बसलेली आहे अशी कल्पना करा. तिच्या वागण्यामुळे तुम्हाला काय त्रास होतो ते बोला आणि ''यापुढे तुला असं वागू देणार नाही'', असंही ठणकावून सांगा. ''तू तुझ्या आयुष्याची, भावनांची आणि अनुभवांची जबाबदारी घ्यायला हवी आहे. आता मी माझी काळजी घेईन आणि मला ज्यात आनंद वाटेल ते करेन'', असंही त्या काल्पनिक व्यक्तीला सांगा. जर हे तुम्हाला करायला जमलं नाही तर मग खुर्चीवर त्या व्यक्तीचा फोटो ठेवून बोला. पण जर खुर्चीशी बोलणं तुम्हाला विचित्र वाटत असेल तर तुमच्या विश्वासातल्या व्यक्तीशी असा संवाद करून बघा.

१०

तुमच्या पुढे आलेल्या समस्यांमधून काही उत्तम घडण्याची अपेक्षा ठेवा

पूर्वी कधीतरी, कोणीतरी आपल्या बाबतीत एखादी गोष्ट केल्यामुळे किंवा एखादी गोष्ट न केल्यामुळे त्या व्यक्तीविषयी आजही मनात असलेला राग, हेच आज बऱ्याच लोकांच्या दु:खाचं प्राथमिक कारण असतं. पूर्वी कधीतरी एखाद्या माणसानं केलेल्या एखाद्या चुकीसाठी किंवा त्यांना करायला लावलेल्या चुकीच्या गोष्टीसाठी, त्यांनी अजूनही संबंधित व्यक्तीला माफ केलेलं नसतं.

विकसनशील व्यक्तिमत्त्व

जेव्हा तुम्ही लहान होतात, तेव्हा तुमचे पालक तुमची पूर्ण काळजी घेत असत. ते तुम्हाला भरवत असत, अंघोळ घालत असत, कपडे घालत असत, तुम्हाला शाळेत घेऊन जात असत, तिथून घेऊन येत असत आणि तुमच्यावर लक्ष ठेवत असत. त्या वेळी लहान मुलांना वाटत असतं

"जर तुम्ही मनामध्ये तुमच्या अपेक्षांचं चमकदार आणि आनंदी चित्र रंगवलं तर तुम्ही त्या ध्येयांसाठी स्वत:ला अनुकूल करत जाता."

नॉर्मन विन्सेंट पिएल

की, ते त्यांच्या रक्षणकर्त्याच्या हातांमध्ये आहेत आणि तो रक्षणकर्ता सर्वज्ञानी, सर्वशक्तिमान आणि सर्वतोपरी हुशार आहे. परिणामत: मुलांना असं वाटू लागतं की, ते एका छानशा, नीटनेटक्या आणि सुरळीत चाललेल्या जगात आहेत आणि तिथे त्यांचे सर्वज्ञानी पालक त्यांची काळजी घेत आहेत; त्यांचं रक्षण करत आहेत आणि त्यांच्यासाठी योग्य निर्णय घेत आहेत.

'The Construction of Reality in the Child' या पुस्तकाचे लेखक आणि बालविकास तज्ज्ञ जीन पियागेट यांच्या मतानुसार, मानवी परस्परसंवादाच्या अतिशय गुंतागुंतीच्या पातळ्यांमधून पुढे जात जात लहान मुलांचा विकास होत असतो आणि ते परिपक्व होत असतात. या विकासप्रक्रियेच्या चौथ्या टप्प्यावर, अगदी लहान वयात मुलांना सगळं काही 'निष्पक्ष आणि न्यायसंगत' हवं असतं. जर काही कारणानं, त्यांच्या छोट्या दुनियेच्या नियमांनुसार काही अन्याय्य घडताना दिसलं किंवा त्यांनी अनुभवलं तर ते चिडतात किंवा निराश होऊ शकतात आणि रडकुंडीला येऊन म्हणतात, ''हे बरोबर नाही''.

जेव्हा एखादी घटना माणसाच्या अपेक्षेहून काही 'वेगळ्या' प्रकारे घडते तेव्हा येणारी निराशा त्याच्या मनात बऱ्याच नकारात्मक भावना निर्माण करत असते. त्यामुळे तो माणूस वैतागतो आणि आपल्या अपेक्षा पूर्ण व्हायला हव्यात- अशी मागणी करतो. जर ती परिस्थिती बदलून त्याला हवी तशी झाली नाही, तर तो संतापतो आणि आणखी जास्त निराश होतो. त्याला वाटत असतं की, हे अजिबातच बरोबर नाही!

माणसाच्या अपेक्षा, परिस्थितिजन्य परिणामांशी जोडलेल्या असतात. आपली अशी कल्पना असते की एखाद्या परिस्थितीतीतून आपल्याला अपेक्षित गोष्टी आपण आधीच ठरवल्या तर त्या परिस्थितीवर नियंत्रण ठेवता येतं आणि भविष्याची योजना आखण्याची क्षमता प्राप्त होते. पण, त्यातला निदान काही भाग तरी अनपेक्षित असू शकतो. तुम्हाला काय हवं आहे याची स्पष्टता आवश्यक आहेच; पण, ते मिळवण्याच्या प्रक्रियेदरम्यान तुमच्या विचारांमध्ये थोडी लवचिकताही आवश्यक आहे. परिस्थिती 'अगदी' तुम्हाला हवी तशीच असेल, ही अपेक्षा ठेवू नका. मग परिस्थितीनं तुम्हाला अनपेक्षित असलेलं वळण घेतलं तरीही तुम्हाला निराशा येणार नाही. खरं तर, परिस्थिती बरेचदा अनपेक्षित वळण घेत असते.

जगा आणि शिका

मुलं मोठी होताना, जाणती होताना हे शिकतात की आयुष्य निव्वळ पांढरं किंवा निव्वळ काळं नाही, तर त्यामध्ये करड्या रंगाच्या अनेक छटा आहेत. मुलं अनेक चढ-उतारही अनुभवतात. कारण, कधी त्यांच्या पालकांचा निर्णय योग्य ठरतो तर कधी नाही.

बरीच मुलं भावनिक विकासाच्या एका विशिष्ट टप्प्यावर 'कायम' राहतात. आपलं आयुष्य आपल्याला अनुकूल, आपल्यासाठी न्याय्य, सुरळीत आणि अंदाज बांधता येईल असं असावं, ही त्यांची अपेक्षा असते आणि तसा त्यांचा हट्टही असतो. एकदा ही भावना त्यांच्या मनात पक्की झाल्यावर, मोठेपणीही आपलं आयुष्य सुरळीत आणि अंदाज करण्यायोग्य असावं अशी त्यांची इच्छा असते. जर तसं झालं नाही तर हे लोक चिडतात, निराश आणि हताश होतात.

मुलांमध्ये जे गुण विकसित होणं आवश्यक आहे त्या महत्त्वाच्या गुणांपैकी एक गुण म्हणजे निराशा सहन करण्याची क्षमता. एखादी गोष्ट कशी करावी हे आपल्या मुलाला समजेपर्यंत पालकांनी धीर धरावा आणि वाट बघावी, असा सल्ला पालकांना दिला जातो. कारण, बरेचदा मुलाला जर एखादी गोष्ट जमत नसेल तर पालक लगेचच त्याच्या मदतीला धावतात. त्यामुळे आपल्याला एखादी गोष्ट जमत नसल्यानं येणाऱ्या निराशेचा अनुभव आणि ती समस्या सोडवण्याचा विचार करण्याची संधीच त्या मुलाला मिळत नाही. अशा मुलांमध्ये भावनिक वाढ होत नाही आणि त्यामुळे अशी मुलं निराशेवर मात करून स्वतःच्या समस्या स्वतःच सोडवायला शिकत नाहीत. जेव्हा त्यांनी केलेल्या योजनेअनुसार गोष्टी घडत नाहीत तेव्हा ते चिंताग्रस्त होतात आणि चिडचिड करू लागतात.

माणूस हा कधीच 'परिपूर्ण' नसतो, हे सत्य आहे. प्रत्येक माणूस आणि माणसांची प्रत्येक संस्था 'अपूर्ण' असते. आपण सगळेच जण चुका करत असतो. आपण दुष्टपणे वागतो, अविचारी होतो, मठ्ठपणा करतो, मूर्खपणा करतो आणि कधीकधी क्रूरही होतो. जग असंच चालत आलं आहे आणि असंच चालत राहणार आहे. त्याहून वेगळी अपेक्षा करणं म्हणजे निराशेला आणि साशंकतेला आमंत्रण देणं ठरेल.

बऱ्याच लोकांची लहानपणापासून अशी एक कल्पना असते की, आयुष्य एका ठरावीक पद्धतीनं सामोरं येणार आहे. जर तसं झालं नाही तर, आयुष्य जसं आहे तसं स्वीकारून त्याच्याशी जुळवून घेण्याऐवजी ते चिडचिड करतात आणि निराश होतात. अशी माणसं मग आपल्या आसपासच्या लोकांवर आपल्या इच्छा लादण्याचा प्रयत्न करतात किंवा इतरांना आपल्या अपेक्षित असलेल्या पद्धतीशी जुळवून घ्यायला भाग पाडतात.

आपण ज्या जगात जगतो ते जग

ज्या जगाच्या व्याख्या सातत्यानं बदलत असतात आणि कधीच स्पष्ट नसतात, अशा जगानं आपल्याशी निष्पक्षपणे आणि न्यायानं वागायला हवं ही कल्पनाच माणसाला नकारात्मकतेकडे घेऊन जाते. त्यामुळे माणूस त्याच्या वैयक्तिक, राजकीय आणि सामाजिक अशा सर्वच पातळ्यांवर असमाधानी राहतो. बरेच लोक सतत नाखूश असतात. कारण, त्यांना वाटत असतं की आयुष्य आपल्याला अनुकूल नाही आणि त्यासाठी कोणालातरी दोष द्यायला हवा. या विचारातून द्वेष आणि पश्चात्ताप या दोन अति नकारात्मक भावना जन्म घेतात आणि सतत एखाद्या व्यक्तीकडे एखाद्या गोष्टीसाठी दोषी म्हणून पाहायला भाग पाडतात.

द्वेष आणि पश्चात्ताप यांचा रोख जरी दुसऱ्या कोणावर असला, तरी मुळात त्या भावना आपल्या मनात खोल रुजलेल्या अपूर्णतेच्या आणि न्यूनगंडाच्या भावनेतून आलेल्या असतात. द्वेष आणि पश्चात्ताप या भावना जुळ्या बहिणींप्रमाणे एकमेकींच्या हातांत हात घालून येत असतात. त्या एकमेकींना पूरक असतात आणि एकमेकींना वाढवतही राहतात.

सात घोर पापांमधलं सर्वांत मोठं पाप

'सात घोर पापां'मधलं 'द्वेष' हे असं पाप आहे; ज्यामध्ये द्वेष करणाऱ्या व्यक्तीला काहीच लाभत नाही. एखाद्या व्यक्तीच्या मनात अन्य एखाद्या व्यक्तीविषयी इतका कमालीचा द्वेष असतो की, तो द्वेष आतल्या आत संतापाचं रूप धारण करतो किंवा उघडपणे बाहेरही व्यक्त होतो. पण, त्यामुळे ज्याचा द्वेष केला जातो त्याचं काहीही वाईट होत नाही आणि जो द्वेष करतो त्यालाही काही फायदा होत नाही किंवा आनंदही लाभत नाही.

बरेचदा लोक द्वेष करणं आपल्या पालकांकडूनच शिकतात. कारण, त्यांना सातत्यानं सांगितलं जात असतं की जे लोक आपल्यापेक्षा यशस्वी आणि आनंदी असतात ते मुळात चांगले नसतात किंवा प्रामाणिक नसतात. अरेरे! काही लोक निरोगी आहेत म्हणून काही लोक रोगी आहेत, असं म्हंटल्यासारखंच झालं हे.

आपल्या समाजामध्ये, राष्ट्रीय आणि आंतरराष्ट्रीय स्तरांवरच्या सामाजिक आणि राजकीय धोरणांमधली अनेक धोरणं ही द्वेषाने प्रभावित झालेली असतात. द्वेष ही भावना नेहमी कल्पनेतून येते आणि ज्यांना आपलं 'शत्रू' मानलं जातं अशा लोकांच्या बाबतीत ती निर्माण होते. कारण ते लोक द्वेष करणाऱ्या व्यक्तीपेक्षा काहीतरी चांगलं करत असतात, चांगलं कमावत असतात. त्यामुळे बरेचदा ते 'श्रीमंत' वर्गात गणले जातात.

कारण, द्वेष करणाऱ्या लोकांच्या व्याख्येअनुसार यशस्वी लोक वाईट असतात. म्हणून त्यांना खाली खेचलंच पाहिजे किंवा त्यांना शिक्षा झालीच पाहिजे; असं त्यांना वाटत असतं. पण, द्वेष करणाऱ्या व्यक्तींसाठी खऱ्या अर्थानं वाईट काय असतं, तर त्यांना कधीच समाधान लाभत नाही. त्यांच्या मनातला द्वेष वाढत राहतो आणि दिवसागणिक तीव्र होत जातो. विशेष म्हणजे ज्या व्यक्तीचा किंवा ज्या समूहाचा द्वेष केला जातो त्यांच्या ऐवजी, त्यांचा द्वेष करणाऱ्या व्यक्तीलाच त्या द्वेषाचा त्रास जास्त होतो.

प्रशंसा विरुद्ध द्वेष

एखाद्या व्यक्तीनं काही चांगलं केलं आहे किंवा काही काम पूर्णत्वाला नेलं आहे, यासाठी तिची प्रशंसा करणं आणि तिचा द्वेष करणं यांत खूप फरक आहे. इतरांकडे असलेल्या चांगल्या गोष्टी आपल्यालाही मिळाव्यात अशी इच्छा करणं चांगलंच आहे. कारण, त्यामुळे तुम्हाला मेहनत करण्याची आणि आणखी चांगलं काम करण्याची प्रेरणा मिळते. मोठं यश मिळवण्याच्या आणि मोठी कामं पूर्ण करण्याच्या इच्छेमुळे तुमच्यातले उत्तम गुण प्रकट होतात. मनोव्यापारातल्या आकर्षणाच्या सिद्धान्तानुसार (Law of Attraction) स्वत:तील उत्तम गुणांना प्रोत्साहन देण्यासाठी तुम्ही इतरांनी मिळवलेल्या यशाची आणि केलेल्या कामांची प्रशंसा करायची सवय लावून घ्यायला हवी. त्यामुळे आपल्या आयुष्यात

सकारात्मक ऊर्जाक्षेत्र तयार होतं आणि त्याद्वारे आपल्याकडून उत्तम कार्य घडवणाऱ्या आणि यश मिळवून देणाऱ्या संधी आपल्याकडे आकर्षित होत राहतात.

मनोव्यापारातल्या तिरस्काराच्या सिद्धान्तानुसार (Law of Repulsion) इतरांविषयी द्वेष किंवा राग बाळगणं ही सर्वांत वाईट गोष्ट आहे. जेव्हा तुम्ही असं काही करता, तेव्हा तुम्ही आपल्या आसपास नकारात्मक ऊर्जाक्षेत्र तयार करत असता. त्या नकारात्मक ऊर्जेमुळे यश आणि आनंद तुमच्या आयुष्यातून बाहेर फेकला जातो. हे मूलभूत तथ्य समजून न घेणं हेच अनेक लोकांच्या निराशेचं, अपयशाचं आणि दु:खाचं मुख्य कारण असतं. इतरांविषयी नकारात्मक विचार केल्यामुळे ते खरंतर स्वत:चं नुकसान करून घेत असतात.

राग तुम्हाला आतून पोखरत असतो

द्वेषाचा जुळा भाऊ म्हणजे 'राग'. जेव्हा इतर कोणी आपल्यापेक्षा अधिक काही मिळवलं असेल किंवा आपल्यापेक्षा उत्तम आयुष्य जगत असेल तर त्यामुळेही राग येऊ शकतो. काही राजकीय तत्त्वज्ञानांमध्ये यश मिळवण्यासाठी 'शत्रू' आवश्यक घटक मानला जातो. कारण राजकीय धोरणांच्या यशापयशासाठी किंवा पक्षाच्या नेत्यांना आणि समर्थकांना एखाद्या दोषाचं खापर फोडण्यासाठी अशी व्यक्ती आवश्यक असते. त्यामुळे इतर लोकांच्या बोलण्यामुळे स्वत:ला भावनांच्या गुंत्यात अडकवून त्रागा करून घेऊ नका.

द्वेष आणि राग या नकारात्मक भावना मनातून काढून टाकण्याचा उपाय म्हणजे, 'नेहमी तुम्हाला स्वत:ला जे हवं असेल तेच इतरांनाही मिळावं अशी अपेक्षा करा'. जर कोणी तुमच्यापेक्षा काही चांगलं करत असेल, तर त्यांना शुभेच्छा द्या आणि त्यांच्या यशाची प्रशंसा करा. त्यांच्यासारखं यश प्राप्त करून घेण्यासाठी त्यांच्या कोणत्या गोष्टीचं अनुकरण करता येईल याचा विचार करा. अशा प्रकारे, आपण ज्यांची प्रशंसा करत आहोत त्यांच्याचसारखं यश आपल्यालाही प्राप्त करून देईल अशी उत्तम कल्पना, योग्य व्यक्ती आणि उपयुक्त साधनं आकर्षित करून घेणारं एक सकारात्मक ऊर्जाक्षेत्र तयार करा.

आता हे करा

ज्यांच्या यशाविषयी तुम्हाला कौतुक आहे अशी माणसं आठवा आणि तुम्हाला तसं यश मिळवण्यासाठी त्यांच्याकडून काय शिकता येईल, याचा विचार करा. आत्ता या क्षणी ठरवून टाका की तुम्ही तुमच्यापेक्षा अधिक यश मिळवलेल्या लोकांविषयी द्वेषभावना बाळगणार नाही आणि त्यांच्याविषयी मनात रागही धरणार नाही.

११

वेदनादायी आठवणींच्या रूपातले बेडूक सोडून द्या

आयुष्यात शक्य तितका अधिक काळ आनंदी, उत्साही आणि भावनिक दृष्टीनं संतुलित राहणं हेच तुमच्या आयुष्याचं उद्दिष्ट असतं. म्हणूनच तुम्ही तुमच्या मनावरचं जुन्या आठवणींचं आणि नकारात्मकतेचं ओझं उतरवलं पाहिजे. कारण, ते ओझं तुम्हाला मागे खेचतं आणि तुम्हाला सहज शक्य असलेल्या सर्व गोष्टी करण्यापासून तुम्हाला रोखतं.

कदाचित यश आणि आनंद यांचं महत्त्वाचं तत्त्व, 'क्षमेच्या सिद्धान्तामध्ये' (Law of forgiveness) दडलेलं आहे. या सिद्धान्तामध्ये सांगितलं गेलं आहे की तुम्ही मनानं, कोणालाही सहजतेनं क्षमा करण्याइतके, जे झालं ते विसरून जाण्याइतके आणि नकारात्मक अनुभव सोडून देण्याइतके सक्षम असता. याचा अर्थ असा नाही, की दुःखद अनुभवातून काही धडाच घ्यायचा नाही. पण, गहू आणि त्यातला कोंडा, अर्थात

''आपल्याला येणारा प्रत्येक अनुभव अखेरीस आपल्यासाठी काहीतरी भलं घडवत असतो. हीच आपण अंगीकारण्याची योग्य वृत्ती आहे आणि त्याच दृष्टीनं आपण प्रयत्न करायचा आहे.''

रेमंड हॉलीवेल

आवश्यक आणि अनावश्यक यांत फरक तुम्हाला करता आला पाहिजे. प्रत्येक अनुभवातून काही शहाणपण घेऊन बाकी गोष्टी सोडून द्यायच्या आहेत. जॉन एफ. केनेडी एकदा म्हणाले होते, ''आपल्या शत्रूंना क्षमा करा पण त्यांची नावं मात्र कधीच विसरू नका''.

बहुतेक सर्वच धर्मांमध्ये आत्मिक शांतीसाठी क्षमेचं महत्त्व सांगितलं गेलं आहे. जर तुम्ही क्षमा करू शकला नाहीत तर तुम्ही आनंद आणि समाधानाच्या अगदी निम्न स्तरावरच अडकून राहता. भूतकाळातल्या दु:खद अनुभवात अडकून राहिलं तर वर्षानुवर्षं तुम्ही प्रगती साधू शकत नाही.

पर्यायाच्या सिद्धान्तानुसार, तुम्ही जाणूनबुजून क्षमेचा विचार करायला हवा. त्यामुळे पूर्वीच्या घटनेसाठी अजूनही तुम्हाला छळणारा तुमच्या मनातला राग आणि दु:खही निघून जाऊन तुमचं मन मोकळं होईल.

आपल्या मेंदूमधली दुहेरी यंत्रणा

पण, इथे एक गडबड आहे : आपल्या मेंदूमध्ये यशाची आणि अपयशाची अशी दुहेरी यंत्रणा असते. जेव्हा आपण स्वत:विषयी आणि इतरांविषयी सकारात्मक, प्रेमपूरक आणि क्षमाशील विचार करत आपल्या ध्येयावर लक्ष केंद्रित करतो, तेव्हा आपली यशाची यंत्रणा कार्यान्वित होते. असे सकारात्मक विचार येण्यासाठी आपण भानावर राहून सातत्यानं आणि जाणूनबुजून प्रयत्न करावे लागतात. सकारात्मक विचार आपोआप येत नाहीत, तर आपण त्यांची 'निवड' करायची असते.

पण दुर्दैवानं, अपयशाची यंत्रणा मात्र आपोआपच सुरू होत असते. आपल्याला जे हवं आहे त्याविषयी आपण विचार करणं थांबवलं की अपयशाची यंत्रणा कार्यान्वित होते. याचा अर्थ जर आपण आपल्याला आनंद देणारे विचार 'प्रयत्नपूर्वक' केले नाहीत तर आपलं मन आपोआपच आपल्याला त्रासदायक ठरणारे नकारात्मक विचार करू लागतं.

चांगली गोष्ट म्हणजे सवयीच्या सिद्धान्तानुसार (Las of Habit) जर आपण आपल्या मनाला सतत सकारात्मक विचार करण्याची शिस्त लावली तर कालांतरानं मन आपोआप तसेच विचार करू लागतं. सकारात्मक विचारांची सवय लागली की आपण आपल्याविषयी आणि आपल्या आयुष्याविषयी आशावादी होतो.

आता हे करा

एक पूर्ण दिवस स्वत:जवळ एक छोटी वही ठेवा. त्या दिवसभरामध्ये जेव्हा केव्हा आपल्या मनात नकारात्मक विचार येतो आहे असं तुम्हाला जाणवेल, तेव्हा तत्काळ तो विचार थांबवून एखादा सकारात्मक विचार करा आणि आपल्या या कृत्याची नोंद आपल्या वहीत करून ठेवा. त्या नोंदींवरून दिवसभरात तुम्हाला असं किती वेळा करावं लागलं ते बघा आणि तुम्ही नकारात्मक विचारांना थांबवल्यावर तुमच्या मनात जो विचार आला असेल त्याचीही नोंद करा.

बरेच लोक स्वत:ला निराशेपासून वाचवण्यासाठी किंवा भावनिक ताण टाळण्यासाठी नकळतच नकारात्मक विचार पोसत असतात. हे वागणं अनुभवातून आलेलं असतं. पण, चांगली गोष्ट म्हणजे ते 'बदलता येतं', त्यासाठी आपण सजगतेनं आपली विचारप्रक्रिया बदलणं आवश्यक असतं.

एखादी गोष्ट सोडून देणं गरजेचं असतं

आधी सांगितल्याप्रमाणे, आज बऱ्याच लोकांच्या दु:खाचं प्राथमिक कारण क्षमा न करणं हे आहे. कारण, त्यांच्या दृष्टीनं काही चूक करणाऱ्या किंवा त्यांना वाईट वागणूक देणाऱ्या व्यक्तीला त्यांनी क्षमा केलेली नसते.

स्वत:ला परिपक्व करण्यासाठी क्षमाशील राहण्याचा निर्णय आवश्यक आहे. जेव्हा तुम्ही एखाद्याला क्षमा करता तेव्हा तुम्ही स्वत:बरोबरच इतरांनाही नकारात्मक भावनांमधून आणि अपराधीपणाच्या जाणिवेतून मुक्त करता. मनावर असलेलं भूतकाळाचं ओझं उतरवून भविष्याचा विचार करत तुम्ही आपल्या क्षमता प्रकट करू लागता.

क्षमाशीलता ही आनंद, उत्साह आणि आंतरिक समाधानाची गुरुकिल्ली आहे. इतरांना सहजतेनं क्षमा करण्याची क्षमता म्हणजे तुम्ही स्वत:ला एक संपूर्णत: कार्यक्षम व्यक्ती म्हणून घडवल्याचं निदर्शक आहे.

युगानुयुगं जे कोणी महान आत्मे होऊन गेले त्यांनी स्वत:ला विकसित करत अशा उंचीवर नेऊन ठेवलं होतं की कोणाशीही आणि कोणत्याही कारणानं त्यांचं शत्रुत्व उरलं नव्हतं. तुमचंही ध्येय हेच असायला हवं.

क्षमाशीलता ही पूर्णत: वैयक्तिक असते

काही लोकांना वाटतं की, एखाद्याला क्षमा करणं म्हणजे त्या व्यक्तीचं वागणं 'मान्य करणं' किंवा तिच्या दुष्ट, क्रूर कृतीचं समर्थन करणं. त्यांना असं वाटतं की एखादी व्यक्ती अयोग्य किंवा त्रासदायक वागली आहे हे स्पष्ट असूनही तिला क्षमा करणं म्हणजे तिनं वाईट वागूनही तिला सोडून देणं.

पण इथेच तर मेख आहे : आपल्या क्षमाशीलतेशी इतरांचा काहीही संबंध नसतो. क्षमाशीलता फक्त आपल्याशीच संबंधित असते. कारण, क्षमाशीलतेमध्ये निव्वळ 'स्वार्थ' आहे. एखाद्याला क्षमा केल्यामुळे, तुम्ही त्याला मोकळं सोडून देत नसता तर तुम्ही स्वत:ला मोकळं करत असता.

तुम्ही एखाद्याला क्षमा केली नाही तरी त्याच्यावर काहीही परिणाम होत नाही. पण, त्याच्याविषयी मनात सतत राग धरल्यामुळे तुम्ही मात्र दुःखी आणि निराश राहता. वास्तविक, जर तुम्हाला एखाद्या व्यक्तीचा राग येत असेल आणि त्या रागामुळे तुम्ही स्वत:ला त्रास करून घेत आहात हे त्या व्यक्तीला समजलं तर तिला आनंदच होईल. तुम्हाला ते अपेक्षित आहे का?

तुमच्या आयुष्यातली सर्वांत मोठी समस्या

असं म्हणतात की, आपल्या आयुष्यातल्या ८५% समस्या, आपल्या नातेसंबंधांमधून निर्माण होत असतात. जवळपास आपल्या सर्वच नकारात्मक भावना विशेषत: राग आणि अपराधीपणाची भावना अन्य व्यक्तीशी किंवा व्यक्तींशी निगडित असतात. जेव्हा लोकांना विचारलं जातं, ''सध्या तुमच्या आयुष्यातली मोठी समस्या, चिंता किंवा काळजी कोणती आहे?'' तर बहुधा त्यांचं उत्तर, ''अन्य कोणी लोक किंवा त्या लोकांनी केलेलं काहीतरी किंवा ते लोक आता करत असलेलं काहीतरी'', हे असतं.

जिम न्यूमन, PACE अर्थात, Personal and Corporate Effectiveness हा वैयक्तिक विकास आणि परिणामकारकता यावर आधारीत तीन दिवसांचा परीसंवाद आयोजित करत असे. त्या परिसंवादामध्ये तो सांगत असे की आपणा सर्वांकडे आनंदी किंवा दु:खी आठवणी जागवणारी

अनेक 'हिरवी' आणि 'लाल' बटणं आहेत. सवयीअनुसार, जेव्हा तुम्ही हिरवं बटण दाबता तेव्हा तुमच्या चेहऱ्यावर स्मित झळकतं आणि तुम्ही आनंदित होता. जेव्हा तुम्ही लाल बटण दाबता तेव्हा तुमच्या मनात राग निर्माण होतो आणि तुम्ही धुमसत राहता.

कारण हिरवी बटणं, आनंदी आठवणींशी जोडलेली असतात आणि तुमचा जीवनसाथीदार, तुमची मुलं इत्यादी तुमच्या प्रिय व्यक्तींशी संबंधित असतात. लाल बटणं, अशा लोकांच्या आठवणींशी जोडलेली असतात ज्यांनी तुम्हाला दु:ख दिलेलं असतं आणि ज्यांचं नाव घेतलं तरी तुम्हाला प्रचंड संताप येतो.

पूर्वतयारीद्वारे या बटणांमध्ये बदल करा

त्या परिसंवादामध्ये जिमनं सांगितलं होतं की जेव्हा आठवणींचं लाल बटण दाबलं जाईल तेव्हासुद्धा नकारात्मक विचारांऐवजी सकारात्मक विचार करण्यासाठी स्वत:ची 'पूर्वतयारी' करून घेऊन, आठवणींच्या बटणांमध्ये बदल करणं हा आपल्या भावनांवर संपूर्ण नियंत्रण प्राप्त करण्याचा उपाय आहे.

कारण, आपल्या भावना प्रचंड वेगानं कार्यान्वित होत असतात. त्यामुळे नकारात्मक आठवणींनी भावना उद्दीपित होण्याच्या ऐन क्षणी आपण त्यांना नियंत्रित करू शकत नाही. त्या नियंत्रणाची तयारी आपण आधीपासूनच पाहिजे. त्यासाठी तुम्ही असं म्हणू शकता की, जेव्हा जेव्हा माझ्या मनात त्या व्यक्तीचा विचार येईल तेव्हा तेव्हा मी त्या व्यक्तीचं अभीष्टचिंतन करून तिला क्षमा करेन आणि तिचा विचार सोडून देईन.

'देव त्याचं भलं करो; मी त्याला क्षमा करतो आणि त्याच्यासाठी शुभेच्छा व्यक्त करतो' किंवा 'देव तिचं भलं करो; मी तिला क्षमा करतो आणि तिच्यासाठी शुभेच्छा व्यक्त करतो', ही सहज विधानं म्हणजे क्षमाशीलतेची साधनं आहेत.

एखाद्या व्यक्तीसाठी प्रार्थना करणं, तिचं शुभ चिंतन करणं आणि त्याच वेळी तिच्याविषयी मनात राग धरणं हे शक्य होत नाही. कारण, तुम्ही त्या व्यक्तीविषयी मनात वारंवार शुभ चिंतन करता तेव्हा खरं तर तुम्ही स्वत:च्या भावना 'नव्यानं घडवत' असता. त्यामुळे त्या व्यक्तीविषयी

तुमच्या मनात निर्माण होणाऱ्या नकारात्मक भावना लगेचच थांबतात. ज्या व्यक्तीची केवळ आठवण आल्यावरही राग-राग होत असे, तिच्याविषयी आता तुम्ही अलिप्त होता. तिच्याविषयी तुम्हाला काहीही वाटेनासं होतं.

तेव्हापासून जेव्हा कधी त्या व्यक्तीची आठवण येईल किंवा ती व्यक्ती प्रत्यक्ष समोर येईल तेव्हा मनातल्या मनात फक्त एवढंच म्हणा, ''देव तुझं भलं करो. मी तुला क्षमा केली आहे आणि तुझं अभीष्टचिंतन करत आहे''. जेव्हा तुम्ही असं करता तेव्हा तुम्ही आयुष्याच्या संभाव्य क्षमता आजमावण्यासाठी स्वत:ला सज्ज करत असता.

क्षमाशीलतेची कौशल्यं

क्षमाशीलतेचं कौशल्य म्हणजे उज्ज्वल भविष्याकडे नेणारा मार्ग. त्यामुळे आतापासूनच या कौशल्याचा अंगीकार करा. तुमच्या प्रगल्भ बुद्धिमत्तेचा वापर करा आणि ज्या व्यक्तीविषयी आजही तुमच्या मनात राग आहे तिला क्षमा करण्यासाठी आणि तो विषय सोडून देण्यासाठी एक कारण शोधून काढा. त्या व्यक्तीनं तुम्हाला कसं दुखवलं याची आठवण काढत बसण्याऐवजी तिला शुभेच्छा द्या, क्षमा करा आणि तो विषय कायमचा सोडून द्या. असं सातत्यानं करत राहिल्यावर ती तुमची सवय होते आणि तुमच्या व्यक्तिमत्त्वात चांगले बदल घडून येतात.

एक गोष्ट लक्षात असू द्या की, जे पूर्वी कधीतरी घडून गेलं आहे आणि जे आता बदलता येणार नाही त्याविषयी खंत बाळगण्यासाठी कोणत्याही विशेष बुद्धिमत्तेची आवश्यकता नसते. पण, स्वत:ला भूतकाळापासून मुक्त करण्यासाठी शुभेच्छुक होणं, क्षमाशील होणं आणि तो विषय सोडून देणं यासाठी मात्र विशेष बुद्धिमत्तेची आवश्यकता असते.

आता हे करा

पूर्वी कधीतरी ज्यांच्यामुळे तुम्हाला काही त्रास सहन करावा लागला आहे आणि त्यासाठी आजही तुम्ही ज्यांना क्षमा केलेली नाही, अशा चार-पाच लोकांची एक यादी करा. आता त्यातल्या प्रत्येक व्यक्तीसाठी मनातल्या मनात म्हणा, ''मी ही गोष्ट सोडून द्यायचं ठरवलं आहे आणि

म्हणून जे काही घडलं त्यासाठी मी तुला क्षमा करत आहे'', असं म्हटल्यावर किती मोकळं आणि छान वाटतं हे तुमचं तुम्हालाच जाणवेल.

ज्यांना आपण क्षमा करायला हवी, असे चार लोक

आम्ही जेव्हा आमच्या परिसंवादांमध्ये क्षमाशीलतेविषयी बोलतो, तेव्हा क्षमाशील राहणं अतिशय चांगलं असतं हे सगळ्यांनाच पटतं. सगळे जण होकारार्थी माना डोलावतात, हसऱ्या चेहऱ्यानं मान्य करतात आणि त्यांना ज्यांनी दुखवलं आहे त्या लोकांना क्षमा करण्याचं ठरवतात. पण, जेव्हा त्या विशिष्ट लोकांचा विषय निघतो आणि क्षमा करण्याची वेळ येते तेव्हा मात्र भावना आड येतात.

तुम्हाला जर खरंच आनंदी आयुष्य जगायचं असेल तर तुम्ही ज्या चार लोकांना क्षमा करायला हवी ते लोक म्हणजे तुमचे आईवडील, तुमच्या जिव्हाळ्याचे नातेवाईक, तुमच्या आसपासचे अन्य सर्व जण आणि स्वत: तुम्ही.

तुमचे आईवडील

सर्वांत प्रथम तुम्ही तुमच्या आईवडिलांना क्षमा करायला हवी. अनेक लोक त्यांच्या लहानपणी त्यांच्या आईनं किंवा वडिलांनी त्यांच्या बाबतीत केलेल्या किंवा करणं अपेक्षित असूनही न केलेल्या एखाद्या गोष्टीसाठी आजही नाराज असतात. आपल्या आईवडिलांकडून त्यांना काही विशेष अपेक्षा असते. पण, त्या वेळी त्यांचे आईवडील काही वेगळं वागलेले असतात.

तुम्ही किती काळ राग धरून ठेवणार आहात? ओरलँडो इथल्या एका परिसंवादादरम्यान ब्रायन बिलबरोबर जेवायला गेला होता. बिल हा त्या परिसंवादातला एक सदस्य होता. जेवणाच्या दरम्यान बिलनं ब्रायनला आपल्या आधीच्या पत्नीविषयी सांगितलं. वीस वर्षांच्या वैवाहिक आयुष्यानंतर त्यानं तिला घटस्फोट दिला होता. ती सतत नकारात्मक विचार करत राहायची, चिडचिड करायची आणि तक्रारी करायची. अखेरीस

बिलनं आपलं उरलेलं आयुष्य अशा व्यक्तीबरोबर न घालवण्याचा निर्णय घेतला. त्याआधीच्या आठवड्यात बिल त्याच्या पत्नीबरोबर जेवायला गेला होता. तेव्हा तिची नकारात्मकता आणि सातत्यानं इतरांविषयी, स्वत:च्या आयुष्याविषयी आणि कामाविषयी तक्रारी करत राहण्याच्या तिच्या स्वभावाची आपल्याला काळजी वाटते, असं त्यानं तिला सांगितलं.

तेव्हा ती बिलला म्हणाली, ''मी लहान असताना माझ्या आईनं मला जसं वागवलं तसं तुझ्या आईनं तुला वागवलं असतं तर तूसुद्धा माझ्यासारखाच नकारात्मक विचार करत राहिला असतास''.

बिल तिला म्हणाला, ''सुसान, गेली पंचवीस वर्षं तू तुझ्या आईपासून वेगळी राहते आहेस. मग आता या प्रौढ अवस्थेतही आणि आपल्या आताच्या समस्यांसाठी किती काळ तू आईलाच दोष देणार आहेस?''

हाच प्रश्न 'तुमच्यासाठी'ही आहे. खूप पूर्वीच्या काळी होऊन गेलेल्या एखाद्या गोष्टीसाठी तुम्ही किती काळ मनात राग धरून ठेवणार आहात?

***एकाच जागी अडकून राहणे* –** बरेचसे लोक अजूनही मनानं मागच्याच कोणत्यातरी जागी अडकून पडलेले असतात, अनेक वर्षांपूर्वी घडलेल्या एखाद्या घटनेसाठी अजूनही आपल्या आईवडिलांविषयी राग धरून असतात. काही लोक तर त्यांचे आईवडील या जगातून निघून गेल्यावरही त्यांच्याविषयी राग धरून असतात. परिणामत: ते मनानं अजूनही लहान मूलच असतात आणि स्वत:ला बळी समजत असतात. त्यामुळे ते सतत चिडचिडे, निराश राहतात आणि आपल्या आयुष्याच्या जोडीदाराशी, मुलाबाळांशी असलेलं नातं बिघडवतात.

तुमचे आईवडील या जगात असोत किंवा नसोत, तुम्ही राहता त्याच शहरात ते राहत असोत किंवा नसोत; पण तुमच्या लहानपणी तुम्ही दुखावले जाल असं जे काही त्यांनी केलं असेल किंवा त्यांच्याकडून बोललं गेलं असेल त्यासाठी त्यांना क्षमा करायला हवी आणि मनातल्या मनात म्हणायला हवं, ''देव त्यांचं भलं करो; मी त्यांना क्षमा केली आहे आणि त्यांच्यासाठी शुभेच्छा व्यक्त केल्या आहेत''.

***त्यांनी शक्य तितकं चांगलंच केलं आहे* –** तुमचे आईवडील जसे होते आणि त्यांच्याकडे जे काही उपलब्ध होतं त्यानुसार त्यांनी तुम्हाला शक्य

तितकं चांगलंच वाढवलं आहे. त्यांच्याकडून तुम्हाला जितकं मिळालं आहे, त्याहून अधिक द्यायला त्यांच्याकडे नव्हतंच.

त्यांचं बालपण जसं गेलं आणि त्यांना जसं वाढवलं गेलं, तसे ते घडले. (आणि त्यांच्या आईवडिलांना त्यांच्या आईवडिलांनी म्हणजेच तुमच्या खापर आजी-आजोबांनी घडवलेलं होतं.) त्यामुळे त्यांनी जे काही केलं त्याहून वेगळं ते करूच शकले नसते. ते तुम्हाला वेगळ्या प्रकारे वाढवूच शकले नसते.

माणूस म्हणून जसे तुम्ही परिपूर्ण नाही; तसेच, तुमचे आईवडीलही परिपूर्ण नव्हते. त्यांनाही काही गोष्टींची भीती होती, शंका होत्या. त्यांनीही चुका केल्या असतील, तेही कधी ना कधीतरी मूर्खपणे, कपटीपणे, क्रूरपणे वागले असतील. त्यांनीही डोकं न वापरता काही गोष्टी केल्या असतील; पण, त्यांनी तुम्हाला या जगात आणण्यामागे त्यांचा उद्देश चांगलाच होता आणि त्यांच्या क्षमतांनुसार त्यांनी तुमचं लालनपालन शक्य तितकं चांगलंच केलं.

जेव्हा कधी तुमच्या पालकांनी तुमच्या बाबतीत केलेली किंवा न केलेली एखादी गोष्ट आठवून तुम्हाला त्रास होईल तेव्हा असं 'समजा' की, त्यांनी जे काही केलं त्याचा तुम्हाला थोडा जरी त्रास झाला आहे हे जर त्यांना कळलं असतं; तर त्यांना खूप वाईट वाटलं असतं. कारण पालक मुलांना वाईट वाटेल असं मुद्दाम काहीच करत नाहीत. जर तुम्हाला स्वत:ची मुलं असतील तर कल्पना करा की तुम्ही केलेल्या एखाद्या गोष्टीमुळे त्यांना दु:ख झालं आहे हे समजलं तर तुम्हाला किती वाईट वाटेल. कदाचित, तुम्हाला आश्चर्य वाटेल. कारण, तुम्ही आपल्या मुलांना वाईट वाटावं म्हणून मुद्दाम तसं केलं नसणार. तसंच ते तुमच्या आईवडिलांनीही केलेलं नव्हतं.

त्यांच्यावरचा राग सोडून द्या – तुमच्या दृष्टीनं, तुम्हाला वाढवताना तुमच्या आईवडिलांनी केलेल्या प्रत्येक चुकीच्या गोष्टीसाठी त्यांना क्षमा करा. तुम्ही त्यांच्यावरचा राग सोडून द्यायला हवा. कारण, त्यांना क्षमा केल्यामुळे तुम्ही स्वत: मुक्त होणार आहात. जर तुम्ही तुमच्या आईवडिलांना क्षमा करू शकलात तरच तुम्ही परिपक्व प्रौढ आहात असं मानता येईल.

ब्रायननं आयोजित केलेल्या परिसंवादातला एक सदस्य क्षमाशीलतेचं महत्त्व समजून घेतल्यावर त्याच्या आईवडिलांकडे गेला. तो पंधरा वर्षांचा असताना त्याच्या वडिलांनी केलेल्या एका गोष्टीसाठी, वयाच्या पस्तिशीमध्येही

त्याला वडिलांवर रागावलेला होता. त्याच्या मनात खदखदणाऱ्या त्या रागामुळे त्याचं त्याच्या पत्नीशी आणि मुलांशी असलेलं नातंही बिघडलं होतं. त्यामुळे त्याला त्या रागभावनेतून मुक्त होणं आवश्यक होतं.

तो धडधडत्या हृदयानं आईवडिलांकडे गेला आणि वडिलांना म्हणाला, ''डॅड, मी पंधरा वर्षांचा असताना तुम्ही काय केलं होतं, आठवतं तुम्हाला? आता मला एवढंच सांगायचं आहे की, त्या गोष्टीसाठी, तसंच मी लहान असताना तुम्ही माझ्या बाबतीत केलेल्या सर्व चुकांसाठी मी तुम्हाला क्षमा केली आहे. आता माझं तुमच्यावर प्रेम आहे''.

त्याचे वडील कडक शिस्तीचे होते. त्यांनी आपल्या मुलाच्या डोळ्यांना डोळा देत कठोर स्वरात म्हटलं, ''तू कशाबद्दल बोलत आहेस ते मला कळलं नाही. तू मला क्षमा करावीस, असं मी कधीच काही केलेलं नाही''.

मुलानं आपल्या वडिलांकडे आश्चर्यानं पाहिलं. त्याला धक्काच बसला. त्याला जाणवलं की, गेली वीस वर्षं ज्या गोष्टीमुळे तो अस्वस्थ होता, ती गोष्ट त्याच्या वडिलांच्या ध्यानीमनीही नव्हती. त्यानं मान झटकली आणि वडिलांशी हस्तांदोलन करून त्यांचा निरोप घेतला. तो वडिलांच्या घरून बाहेर पडला तेव्हा त्याला वाटलं की, जणूकाही आपल्या खांद्यावरचं मणाचं ओझं उतरवलं गेलं आहे.

पत्र लिहा किंवा संवाद साधा – जर तुमच्या आईवडिलांबरोबरचे तुमचे संबंध खरोखरीच चांगले नसतील आणि जर आईवडील हयात असतील, तर त्यांना पत्र लिहा आणि तुमच्या लहानपणी त्यांनी केलेल्या कोणत्या गोष्टींमुळे तुम्हाला वाईट किंवा निराश वाटलं होतं ते लिहून त्यांना कळवा. ''मी खालील गोष्टींसाठी तुम्हाला क्षमा करत आहे'', अशी त्या पत्राची सुरुवात तुम्ही करू शकता. पत्राच्या शेवटी तुम्ही असं लिहू शकता की, मी तुम्हाला सर्व गोष्टींसाठी अगदी सहजतेनं क्षमा करत आहे. माझं तुमच्यावर प्रेम आहे आणि मी तुमच्यासाठी अभीष्टचिंतन करत आहे. तुमचे आईवडील हयात नसले, तरीही त्यांना पत्र लिहिण्याच्या या कृतीमुळे तुम्हाला खूप बरं वाटेल.

जर तुम्ही तुमच्या आईवडिलांच्या संपर्कात असाल, तर त्यांच्या बरोबर बसून, त्यांच्याशी बोला आणि त्यांनी जे काही केलं त्यामागे त्यांचा काय उद्देश होता हे जाणून घ्या. त्यामुळे तुम्हाला त्या वेळची परिस्थिती

वेगळ्या दृष्टिकोनातून समजून घेता येईल. आपल्या आईवडिलांचे विचार किंवा त्यांचे हेतू समजून घेतल्यामुळे संबंधित घटनांकडे बघण्याचा आपला दृष्टिकोन पूर्णपणे बदलून जातो. पण, तुमच्याशी बोलताना त्यांना उत्सुकता जाणवली पाहिजे. तुम्ही त्यांना जाब विचारल्याप्रमाणे बोललात– तर त्यांना तुमचं बोलणं आक्रमक वाटेल आणि ते बचावात्मक पवित्रा घेतील.

क्रिस्टीना जेव्हा तिच्या क्लायंटना त्यांच्या आईवडिलांशी संवाद साधण्यासाठी प्रवृत्त करते तेव्हा नेहमी त्यांना स्वत:चा अनुभव सांगून संवाद सुरू करण्याचा सल्ला देते. उदाहरणार्थ, ''मी स्वत:ला समजून घेण्याच्या प्रयत्नांत आहे आणि त्यादरम्यान मला अमुक एक भावना जास्त जाणवते आहे. जेव्हा अमुक एक घटना घडली होती तेव्हा माझ्या मनात अशीच भावना होती. त्या परिस्थितीमध्ये नक्की काय झालं होतं हे जर तुम्ही मला समजावून देऊ शकलात, तर मला स्वत:ला आणखी नीट जाणून घ्यायला मदत होईल''. अशा प्रकारे, जे काही बोलाल ते स्वत:विषयी बोला, त्यांच्याविषयी नको.

क्रिस्टीनाची एक मैत्रीण आहे. तिला नेहमी असं वाटत असे की तिचे आईवडील तिच्यापेक्षा तिच्या बहिणीवर जास्त प्रेम करतात. ते तिच्या बहिणीला खूपच लाडानं वागवत असत आणि तिच्याशी त्यांचं नातं जास्त घट्ट वाटत असे. आपले आईवडील आपल्यात आणि आपल्या बहिणीमध्ये भेदभाव करत आहेत, हे क्रिस्टीनाच्या मैत्रिणीला लहानपणापासूनच जाणवत होतं.

तिचे आईवडील तिचं कौतुक सहजतेनं करत नसत. त्यासाठी तिला खूप मेहनत करावी लागत असे. शिवाय, तिला घरात बहिणीइतके अधिकारही नव्हते. दिवसांगणिक तिला या गोष्टीचं अधिकाधिक दु:ख होत गेलं. आपल्यात काय कमी आहे आणि आपले आईवडील आपल्याला आणि आपल्या बहिणीला समान वागणूक का देत नाहीत याचा ती सातत्यानं विचार करत असे. अखेरीस एका रात्री तिनं आपल्या आईवडिलांशी थेट संवाद साधायचं ठरवलं आणि ज्या काही गोष्टी ते बहिणीसाठी करतात त्या आपल्यासाठी का करत नाहीत आणि त्यांचं आपल्यावरचं प्रेम आटावं असं आपण काय केलं आहे, हे विचारलं.

आपण आपल्या दोन मुलींना वाढवताना त्यांच्यामध्ये भेदभाव केला आहे, हे आपल्याच एका मुलीकडून ऐकल्यावर त्या आईवडिलांना धक्का बसला. आपण दोघींनाही समान वागणूक दिलेली आहे यावर ते ठाम होते.

त्यामुळे क्रिस्टीनाच्या मैत्रिणीच्या मनातली खंत त्यांना समजली नाही. त्या रात्रीच तिच्या लक्षात आलं की, आपले आईवडील कधीच बदलणार नाहीत आणि त्यांनी भेदभाव केला आहे हे मान्यही करणार नाहीत. पण, तरीही त्यांच्याशी बोलून आल्यावर तिला हलकं वाटलं. निदान आपण आपल्या मनातलं आपल्या आईवडिलांशी बोलू तरी शकलो, याचं तिला समाधान वाटलं. त्यांनी तिचं दुःख समजून घेतलं नसलं तरी निदान तिचं बोलणं ऐकून तरी घेतलं. खरं तर, तिलाही तेवढंच अपेक्षित होतं.

काही वेळा आपल्या मनातल्या दुःखद विचारांना समजून घेणं आणि ते प्रयत्नपूर्वक मनातून काढून टाकणं- यामुळेसुद्धा मनात धुमसणाऱ्या रागापासून सुटका करून घेता येते.

एकदा तुम्ही तुमच्या आईवडिलांना क्षमा केली की तुम्ही आयुष्यातला एक मोठा टप्पा पार करून पुढे जाऊ शकाल. कारण, काही लोकांना आयुष्यात कधी जमणार नाही इतकं हे काम मोठं आहे आणि ते तुम्हाला जमलेलं असेल. आईवडिलांना क्षमा केल्यावर लगेचच तुमच्या व्यक्तिगत विकासाची सुरुवात होईल. तुम्हाला अधिक आनंदी आणि शांत वाटू लागेल. तुम्ही बौद्धिक आणि भावनिक अशा दोन्ही स्तरांवर अधिक परिपक्व होऊ शकाल.

जिव्हाळ्याचे नातेसंबंध

तुम्ही ज्यांना क्षमा करणं आवश्यक आहे असे दुसऱ्या प्रकारचे लोक म्हणजे तुमच्या भूतकाळातले तुमचे 'जिव्हाळ्या'चे लोक. ज्यांच्याशी आपलं जिव्हाळ्याचं नातं असतं त्यांचा आपल्यावर प्रभाव असतो. प्रेमाच्या आणि आपुलकीच्या ओढीनं आपण त्यांच्याशी मोकळेपणानं वागतो आणि त्यांच्यासाठी काहीही करायला लगेचच तयार होतो. आयुष्यातल्या तीव्र उत्कट क्षणी आपण आपलं तन-मन-धन सर्वकाही अर्पण करून टाकतो.

अशा वेळी, जेव्हा आपलं प्रेमाचं नातं तुटतं तेव्हा आपलं मन नकारात्मक भावनांनी भरून जातं. आपल्याला राग येतो, अपराधी वाटतं. आपल्याला द्वेष वाटतो, दुःख होतं. त्यासाठी आपण कारणंही देत राहतो आणि तर्कही लावतो. मग आपण संबंधित व्यक्तींना दोष देतो, त्यांच्यावर

टीका करतो, त्यांचा निषेध करतो. त्या वेळी जर आपण आपल्या भावनांवर ताबा ठेवला नाही तर थोड्याफार प्रमाणात आपलं मानसिक संतुलन ढळू शकतं. आपल्या भावनिक आयुष्याला ग्रहण लागलं आहे असं त्या वेळी वाटतं.

पण, इथेही तुम्ही तुमच्या सुंदर मनाचा उपयोग करून परिस्थिती आटोक्यात आणून आयुष्य पुढे नेण्यासाठी आपल्या नकारात्मक भावना नियंत्रित करणं आवश्यक आहे.

ते असं का वागतात? – जोपर्यंत तुम्हाला त्याच्याकडून किंवा तिच्याकडून काही 'अपेक्षित' नसतं तोपर्यंत तुमच्यावर ते काहीही नियंत्रण ठेवू शकत नाहीत. मानसशास्त्रामध्ये याला 'अपूर्ण व्यवहार' म्हटलं गेलं आहे. भूतकाळातल्या नात्यांविषयी आपल्या मनात नेहमी राग आणि अस्वस्थता असते. कारण, त्या नात्यांमध्ये अपेक्षित असलेल्या काही गोष्टी पूर्णत्वाला गेलेल्या नसतात. अशा नात्यातल्या 'अपूर्ण व्यवहारा'ची सगळ्यात वाईट बाब म्हणजे दोघांपैकी एक व्यक्ती अजूनही प्रेमात असते आणि तिला नातं परत सुधारावं असं वाटत असतं. पण, जर दुसरी व्यक्ती त्या नात्यातून बाहेर पडली असेल तर आणि तिला आपल्या आधीच्या जोडीदाराविषयी काहीच प्रेम वाटत नसेल तर अशा वेळी, तिचा जोडीदार एकटा पडतो. त्याच्या मनात राग, अपराध निर्माण होतो आणि आपण नकोसे आहोत, अनाकर्षक आहोत असा न्यूनगंड तयार होतो.

अशा नात्यात आपल्या जोडीदाराला क्षमा करण्याचा मार्ग म्हणजे जे झालं, त्यासाठी किंवा जे होऊ शकलं नाही त्यासाठी आपण जबाबदार आहोत हे मान्य करणं. आपल्या जोडीदाराला दोष देण्याऐवजी, आपण ते नातं स्वीकारलं आणि ते नातं सांभाळलं यासाठी आपणच जबाबदार आहोत– याचा स्वीकार करा. कधीतरी तुमच्या लक्षात येईल की ते नातं जोडणं आणि सांभाळणं अयोग्यच होतं. आपण त्या नात्यातून खूप पूर्वीच बाहेर पडायला हवं होतं असंही तुम्हाला वाटेल.

विवाह करण्यापूर्वी विवाह समुपदेशकाकडे गेलेल्या हजारो विवाहेच्छुक जोडप्यांविषयीच्या नोंदी वाचताना असं आढळलं की त्यांच्यापैकी ३८% लोकांना त्यांच्या जोडीदाराशी विवाह करण्याची इच्छा नव्हती. त्यांनी तसं समुपदेशकाला विश्वासात घेऊन सांगितलं होतं. आपण चूक केली आहे

असं त्यांना वाटत होतं. पण, तरीही त्यांनी ठरल्याप्रमाणे विवाह केला होता. कारण, आपल्या कुटुंबीयांची आणि मित्रमंडळींची तशी अपेक्षा आहे असं त्यांना वाटत होतं.

निदान एका व्यक्तीला तरी आनंद द्या – एक महत्त्वाचा नियम : कधीही काही करताना किंवा करत असलेली गोष्ट थांबवताना 'इतर लोक' आपल्याबद्दल काय बोलतील ही चिंता करू नका. कालांतरानं तुमच्या लक्षात येईल की तुमच्याविषयी कोणालाही काहीही घेणंदेणं नसतं. खरं तर, लोक तुमच्याविषयी इतका कमी विचार करतात की ते तुम्हाला कळलं तर अपमानास्पद वाटू शकेल.

आपण काही केल्यामुळे किंवा न केल्यामुळे इतरांना आनंद वाटेल याची खात्री देता येत नाही. विवाहसंबंध किंवा प्रेमसंबंध हे तर अत्यंत वैयक्तिक नातेसंबंध असतात. ते निदान स्वत:साठी तरी आनंददायी असतील याची खात्री असायला हवी. त्यासाठी अगदी स्वार्थी व्हा. आधी स्वत:च्या आनंदाचा विचार करा. जे तुम्हाला स्वत:साठी योग्य वाटतं तेच करा. स्वत:वर इतरांच्या सकारात्मक किंवा नकारात्मक विचारांचा परिणाम होऊ देऊ नका.

लोक त्यांना शक्य तितकं चांगलं वागत असतात – अनेक लोकांचं वैवाहिक आयुष्य निराशाजनक ठरतं, ते घटस्फोटही घेतात. पण, त्यानंतर दहा–वीस वर्षं त्या फसलेल्या नात्याविषयी मनात राग धरून अस्वस्थ होत राहतात. ज्या वैवाहिक संबंधासाठी आपण सर्वार्थानं गुंतवणूक केली होती तो संबंध संपुष्टात आला हे सत्य त्यांना स्वीकारता येत नाही. त्यांच्या जोडीदारानं केलेल्या किंवा न केलेल्या एखाद्या गोष्टीसाठी ते क्षमा करू शकत नाहीत.

पण, पालकत्वाप्रमाणेच, वैवाहिक आयुष्यातही लोक त्यांच्या परीनं त्यांना शक्य तितकं चांगलं वागायचा प्रयत्न करत असतात. आपला विवाह मोडावा या हेतूनं कधीच कोणी विवाह करत नाही. विवाह करताना त्यांच्या मनात सुखी जीवनाच्या अनेक आशाआकांक्षा, स्वप्नं असतात. पण, काळाच्या ओघात जर त्यांची मतं बदलली आणि त्यांचा विवाह टिकू शकला नाही तर त्यात त्या दोघांचाही दोष नसतो.

कोणीही अपराधी नसतं – 'Good Will Hunting' या चित्रपटात जेव्हा विल हंटिंग हा मानसिक रुग्ण, सीन मगॉयर या मानसोपचार तज्ज्ञाला आपल्या तरुणपणातला एक अत्यंत धक्कादायक अनुभव सांगतो तेव्हा सीन त्याला म्हणतो, ‘‘त्यात तुझा काहीच दोष नाही.’’ आणि तेव्हाच विल आणि सीन या दोघांच्या नात्यातला गुंतागुंतीचा टप्पा येतो.

चित्रपटाचा हा भाग अतिशय संवेदनशील आणि विषय स्पष्ट करणारा आहे. विल म्हणतो, ‘‘होय! मला माहीत आहे ते.’’ पण, सीन पुन्हा पुन्हा म्हणतो की, त्यात तुझा काहीच दोष नाही, त्यात तुझा काहीच दोष नाही, त्यात तुझा काहीच दोष नाही. अखेरीस आपल्या मानसोपचार तज्ज्ञाला काय म्हणायचं आहे, ते विलच्या लक्षात येतं. बालपणात जे काही झालं ते झालं, ते कितीही भयानक असलं तरी त्यात आपला काहीच दोष नाही हे विलला समजतं आणि त्या क्षणी विल त्या धक्क्यातून बाहेर येतो.

त्याचप्रमाणे, विवाह अपयशी ठरला तरी त्यात तुमचा काहीच दोष नसतो; तसा तो तुमच्या जोडीदाराचाही नसतो. जे जोडपं पूर्वी कधीतरी विवाह संबंधांमध्ये एकमेकांसाठी पूरक वाटलं असेलही; पण आता ते अजिबात तसं राहिलेलं नसतं. आपल्यासाठी पूरक, योग्य नसलेली गोष्ट आपण मुद्दाम कधीच निवडत नाही. ती बदलत्या हवामानासारखी असते. ती ‘घडते’. दोन व्यक्ती एकमेकींना दुरावतात. स्वत:विषयी, स्वत:च्या आयुष्याविषयी, कार्यक्षेत्राविषयी, मुलाबाळांविषयी आणि आपल्या सामाजिक स्थानाविषयी त्या दोघांचे विचार, भावना आणि कल्पना यांत फरक असतो. दरवर्षी हजारो जोडप्यांच्या बाबतीत असं घडत असतं. माणूस सातत्यानं घडतो आहे, विकसित होतो आहे. नातेसंबंधांमध्ये आपण एक तर एकत्रितपणे, एकाच ध्येयानं आणि एकच स्वप्न बघत विकसित होत पुढे जात असतो किंवा दोन वेगळ्या विचारधारा जपत विकसित होतो आणि वेगवेगळ्या गोष्टींची अपेक्षा करत असतो. यात दोष असा कोणाचाच नसतो.

जे झालं ते सोडून द्यायचं ठरवा – तुम्ही अजूनही तुमच्या मोडलेल्या वैवाहिक संबंधांसाठी किंवा असफल ठरलेल्या प्रेमासाठी दु:खी कष्टी असाल, तर सर्वांत आधी तुम्ही ते सोडून द्यायचं ठरवायला हवं. जोपर्यंत आपलं नातं अजूनही सुधारता येईल ही आशा तुमच्या मनात टिकून असेल तोपर्यंत तुम्ही त्या त्रासातून बाहेर येऊ शकणार नाही. आपलं नातं तुटण्यामध्ये आपल्या

जोडीदाराचा दोष आहे आणि हे आपल्या जोडीदारानं मान्य करायला हवं, हा हट्ट धरून ठेवलात, तर तुम्ही कधीच समाधानी होऊ शकणार नाही. आयुष्य पुढे नेऊ शकणार नाही आणि कधीच आनंदी राहू शकणार नाही.

एकदा ते नातं तुम्ही तुमच्या मनातून काढून टाकलं, की शांतपणे बसून एक 'पत्र' लिहा. स्वत:ला मोकळं करण्यासाठी आणि हरवलेला आनंद, समाधान परत मिळवण्यासाठी तुम्ही पुढे नेहमी वापरत राहाल असा हा एक प्रभावी उपाय आहे.

तुम्ही हे पत्र कागदावर लिहू शकता किंवा ई-मेल करू शकता. त्या पत्रामध्ये सुरुवातीला तुमच्या जोडीदाराला संबोधित करा. पहिला परिच्छेद असा असेल : 'आपला विवाह यशस्वी ठरू शकला नाही ही गोष्ट दुर्दैवी आहे; पण तरीही आपल्या वैवाहिक जीवनातल्या माझ्या भूमिकेची जबाबदारी मी स्वीकारली आहे आणि हा विवाह अयशस्वी होण्यात मी केलेल्या किंवा करू न शकलेल्या गोष्टींचीही जबाबदारी मला स्वीकार्य आहे'.

पत्राच्या मधल्या परिच्छेदात लिहा : 'याबरोबरच मला त्रास होईल असं जे काही तू केलं आहेस किंवा तुझ्याकडून बोललं गेलं आहे त्यासाठी मी तुला क्षमा करत आहे'. या टप्प्यावर लोक यादी करतात आणि त्यात त्यांच्या जोडीदारानं केलेली अशी प्रत्येक गोष्ट नमूद करतात की, जी आठवल्यामुळे आजही त्यांना त्रास होतो.

पत्राची शेवटची ओळ फक्त, 'देव तुझं भलं करो. मी तुला शुभेच्छा देत आहे', एवढीच असावी.

आता ते पत्र एका पाकिटात बंद करा. त्या पाकिटावर योग्य पत्ता लिहा, पोस्टाचं तिकीट लावा आणि जवळच्या पोस्टाच्या पेटीत टाका. जर ई-मेल असेल तर योग्य ई-मेल पत्ता समाविष्ट करून 'सेंड' बटण दाबा.

ज्या क्षणी तुमच्या हातातून ते पत्र पोस्ट केलं जाईल किंवा 'सेंड' बटण दाबलं जाईल आणि आता ते परत घेणं शक्य नाही हे तुम्हाला जाणवेल तेव्हा आपल्यावरचं एक भलं मोठं ओझं उतरलं आहे असं तुम्हाला वाटेल. तुम्हाला शांत वाटेल आणि आनंद होईल.

हा उपाय करताना हे स्पष्ट असलं पाहिजे की, पत्र लिहिण्याचा उद्देश 'वैयक्तिक मुक्ती' हा आहे. तो उद्देश साध्य करून घेण्यासाठी तुम्ही त्या पत्रात नात्याविषयीच्या तुमच्या सर्व भावना आणि विचार व्यक्त करणं आवश्यक आहे. त्या पत्राच्या उत्तराची अपेक्षा न ठेवता ते पाठवा. कारण,

त्या पत्रासाठी कोणताही प्रतिसाद मिळावा म्हणून तुम्ही ते पत्र लिहिलेलं नाही, तर तो विषय सोडून देण्यासाठीचा तो एक उपाय आहे.

काळजी करू नका – याबाबतीत लोक नेहमी शंका विचारतात की, पण– जर जोडीदारानं त्या पत्रासंबंधी काही गैरसमज करून घेतला किंवा पुन्हा नातं जोडण्याचा प्रयत्न केला तर?

उत्तर अगदी सोपं आहे. काळजी करू नका. ते पत्र तुम्ही त्या दुसऱ्या व्यक्तीसाठी लिहायचं नाही. ते पत्र तुम्ही 'स्वत:'साठी लिहायचं आहे. ते पत्र मिळाल्यावर त्या दुसऱ्या व्यक्तीला आनंद होईल की दु:ख होईल, ती चिडेल की शांत होईल; तिला आशा वाटेल की ती निराश होईल याची चिंता तुम्ही करू नका.

बरेचदा जेव्हा एखादा माणूस घडून गेलेल्या गोष्टीची जबाबदारी घेण्याचं आणि त्या घटनेत सामील असलेल्या व्यक्तीला सर्व गोष्टींसाठी क्षमा करायचं धाडस दाखवतो तेव्हा दुसऱ्या व्यक्तीमध्ये पूर्णपणे बदल घडतो. त्या व्यक्तीच्या मनातलं शत्रुत्व संपून जातं आणि नातेसंबंधांच्या आठवणींमधली सगळी नकारात्मकताही निघून जाते. बऱ्याच जोडप्यांनी सांगितलं की, त्यांच्यातल्या एकानं असं पत्र लिहिल्यावर कालांतरानं त्या दोघांमध्ये चांगली मैत्री निर्माण झाली आणि ते आपल्या मुलांचे उत्तम पालकही होऊ शकले.

अन्य सर्व जण

तुम्ही ज्यांना क्षमा करायला हवी, असे तिसऱ्या प्रकारचे लोक म्हणजे ज्यांनी काही ना काही कारणानं, कधी ना कधी तुम्हाला दुखावलं आहे असे तुमच्या आसपासचे, तुमच्या आयुष्यातले 'सर्व जण.' लहानपणी तुमची भावंडं कधी तुमच्याशी नीट वागली नसतील तर त्यांना क्षमा करा. तुमचे मित्र कधीतरी तुमच्याशी अन्याय्य विचित्र वागले असतील तर त्या तुमच्या सर्व वयोगटातल्या मित्रांना क्षमा करा. तुमच्या मालकानं तुम्हाला कधी अन्याय्य वागणूक दिली असेल तर त्यालाही क्षमा करा. तुमच्या व्यावसायिक भागीदारांनी किंवा सहयोगींनी कधी तुम्हाला फसवलं असेल, तुमचं आर्थिक नुकसान केलं असेल, तर त्यांनाही क्षमा करा.

ज्या कुणाविषयी तुम्हाला आजही राग वाटतो आहे किंवा जर तुम्ही आजही एखाद्या गोष्टीसाठी कोणाला दोषी मानत असाल तर त्या सर्व जणांना क्षमा करा.

पण, एक गोष्ट लक्षात ठेवा की तुम्ही त्यांना 'स्वत:'साठी क्षमा करत आहात. तुम्ही त्यांना क्षमा केली आहे, हे त्यांना सांगण्याची गरज नाही. तुम्ही त्यांना मनातल्या मनात क्षमा करायची आहे.

जेव्हा कधी त्या लोकांपैकी कोणाचा विचार तुमच्या मनात येईल, तेव्हा तत्काळ तो विचार थांबवा आणि त्यांच्यासाठी प्रार्थना करून त्यांचं शुभ चिंतन करा. त्यांच्याविषयी किंवा संबंधित परिस्थितीविषयी इतर कोणाशीही चर्चा करणं टाळा. कारण तशी चर्चा आगीत तेल ओतण्याचं काम करते आणि आपल्याला नकारात्मकतेतून बाहेर यायला विलंब होतो. म्हणूनच, तो विचार मनातून लगेचच बाहेर काढून टाका. हळूहळू त्या व्यक्तीचा किंवा परिस्थितीचा विचार करणं कमी-कमी होत जाईल आणि एक दिवस असा येईल, की तुम्ही तो विचार अजिबातच करणार नाही.

तुम्ही स्वत:

तुम्ही क्षमा करणं आवश्यक आहे अशी चौथी व्यक्ती म्हणजे तुम्ही 'स्वत:' आहात. तुम्हाला आयुष्यात ज्या कोणामुळे कधी काही त्रास झाला, त्या सर्वांना क्षमा करण्याइतकी क्षमाशीलता तुमच्यामध्ये आलेली असल्यानं आता तुम्ही स्वत:लाही क्षमा करायला हवी आणि स्वत:लाही स्वत:च केलेल्या आरोपांमधून सोडवायला हवं.

अनेक लोक, अनेक वर्षांपूर्वी केलेल्या एखाद्या चुकीसाठी स्वत:ला दोष देत राहतात. त्यांनी वाढीच्या वयात कदाचित काही दुष्टपणा, मूर्खपणा, क्रूरपणा केलेला असू शकतो. कदाचित अगदी सुरुवातीला एखाद्या प्रेमसंबंधात त्यांनी कोणाला दुखावलेलं असू शकतं. कदाचित, व्यावसायिक स्तरावर कोणाला मनस्ताप, आर्थिक नुकसान किंवा दु:ख होईल असं काही त्यांनी केलेलं असू शकतं.

तुमच्या बाबतीत असं काही झालेलं असेल, तर तुम्हालाही त्याबद्दल दु:ख किंवा पश्चात्ताप होत असेल. तुम्हाला वाईट वाटत असेल किंवा त्या दु:खाचं ओझं जाणवत असेल. आपण जे केलं ते करायला नको

होतं किंवा जे बोललो ते बोलायला नको होतं असं तुम्हाला वाटेल. तुम्हाला अपराधी वाटलं की, त्यामुळे मनात नकारात्मक भावना येतात. अशा नकारात्मक भावांमुळे तुमच्यातल्या सर्व संभाव्य क्षमतांचा विकास करण्यात मोठी बाधा उत्पन्न होते. असं वाटतं की, आयुष्यात काहीही चांगलं मिळवण्याची आपली योग्यता नाही आणि त्यामुळे तुम्ही स्वत:चं आपलं यश हिरावून घेता.

आता तुम्ही पूर्वीची व्यक्ती राहिला नाहीत – आता तुम्ही जे आहात ते, आणि पूर्वी काही चुकीच्या गोष्टी केलेले किंवा बोललेले तुम्ही, या दोन वेगळ्या व्यक्ती आहेत. आजचे तुम्ही म्हणजे एक जाणती अनुभवी व्यक्ती आहात. पूर्वीच्या 'तुम्ही' जे काही केलं ते आजचे 'तुम्ही' नक्कीच करणार नाही. मग पूर्वीच्या 'तुम्ही' अनेक वर्षांपूर्वी जे केलं त्यासाठी सतत पश्चात्ताप करून तुम्ही आजच्या 'तुम्ही'ला शिक्षा देणं योग्य नाही.

पश्चात्ताप आणि खेद ही जबाबदार असल्याची किंवा भानावर असल्याची लक्षणं नाहीत. ती तुमच्या विकासात बाधा आणणारी दुर्बलता आहे. पूर्वी केलेल्या एखाद्या कृत्यासाठी आताही स्वत:ला सतत टोचत राहण्याऐवजी म्हणा, ''मी जे काही केलं त्यासाठी मी स्वत:ला क्षमा करत आहे आणि स्वत:ला मुक्त करत आहे. जे झालं तो भूतकाळ होता. आता वर्तमान आहे''.

ज्याविषयी आजही खेद वाटतो, अशा तुम्ही पूर्वी केलेल्या गोष्टीसाठी स्वत:ला क्षमा करा आणि त्या खेदातून स्वत:ला मुक्त करा.

स्वत:ची सुटका करा – अनेक वर्षांपूर्वी घडलेल्या किंवा घडू न शकलेल्या एखाद्या गोष्टीसाठी अनेक लोकांना आजही त्रास होत असतो आणि दु:ख वाटत असतं. ते ती गोष्ट सोडून देऊ शकत नाहीत. त्यांचं बालपण कदाचित कष्टप्रद असेल. त्यांचे वैवाहिक संबंध कदचित चांगले ठरले नसतील. कदाचित, त्यांना नोकरी गमवावी लागली असेल किंवा गुंतवणुकीमध्ये फटका बसला असेल; पण, समस्या कोणतीही असली तरी त्यासाठी संबंधित व्यक्तीला क्षमा करून तो विषय सोडून न देता आल्यामुळे, अनेक लोक चिखलाच्या खड्ड्यात अडकलेल्या हत्तीसारखे वर्षानुवर्षं त्या दु:खद विषयातच अडकून पडतात.

जर तुम्ही एक सर्वसामान्य आयुष्य जगत असाल तर तुम्हाला तुमच्या लहानपणापासून अनेक प्रकारच्या लोकांबरोबर वावरताना अनेक प्रकारच्या

समस्या आल्या असणार, आणि तुम्ही अनेक प्रकारच्या चुकाही केल्या असणार. असं होणं अगदीच स्वाभाविक आहे आणि मानवी जीवनानुभवाचा तो एक भाग आहे. प्रश्न एवढाच आहे की, तुम्ही तत्काळ आणि नेहमी क्षमाशील राहून त्यातून बाहेर पडून स्वत:चा विकास साधता की त्या ओझ्याखाली स्वत:ला दडपून टाकता?

एक मोठी अडचण

ज्या लोकांनी पूर्वी काही कारणानं आपल्याला त्रास दिला आहे, त्या सर्व लोकांना क्षमा करायची, हे अनेक लोक मान्य करतील. पण, पत्त्यांच्या डाव खेळणाऱ्या कुशल खेळाडूप्रमाणे ते हळूच 'क्षमा न करण्याच्या कारणा'चा एक हुकमी पत्ता पुढे टाकतील. ते म्हणतील की, आठवतील तेवढ्या सर्व लोकांना क्षमा करणं शक्य आहे; पण, 'एका व्यक्ती'नं इतकं दु:ख दिलं आहे की तिला क्षमा करून सोडून देणं अजिबात शक्य नाही.

पण, केवळ एखाद्या व्यक्तीविषयी किंवा एखाद्या घटनेविषयी जरी अशी नकारात्मक भावना मनात धरून ठेवली तरी तुमच्या आरोग्यावर, आनंदावर आणि व्यक्तिगत समाधानावर त्याचा नकारात्मक परिणाम दिसतो.

कल्पना करा, की तुम्ही एक नवीकोरी महागडी कार खरेदी केली आहे. आधुनिक तंत्रज्ञानानं बनवलेली, सर्व सुविधांनी संपन्न अशी ती एक अतिशय सुंदर कार आहे. पण एक समस्या आहे. ती कार तयार करताना काही कारणानं, तिचा एक भाग चुकीचा बसवला गेला आहे. त्यामुळे गॅस पाइपवर पाय दिल्यावर कारचं पुढचं एक चाक अडकतं आणि पुढे जात नाही. आता कल्पना करा की, तुम्ही एका नव्याकोऱ्या कारमध्ये बसला आहात, तुम्ही कारला चावी लावून ती सुरू केली आहे आणि एक्सिलरेटरवर पाय दिला आहे. काय होईल? कारचं ते पुढचं चाक जागच्याजागी जोरात फिरेल. मागची चाकं त्याला पुढे ढकलायचा प्रयत्न करतील; पण ते चाक मात्र जागच्याजागीच फिरत राहील. कार पुढे जाणारच नाही.

आपल्या बाबतीतही असंच होतं. तुमच्या मनात खोल कुठेतरी पूर्वीच्या एखाद्या दु:खद अनुभवाशी संबंधित असलेली, विसरता न येणारी एखादी जरी नकारात्मक भावना किंवा त्रासदायक आठवण रुतून बसलेली असली तरी नकळत ती मोठी बाधा बनते आणि तुमचं आयुष्य त्या अडकलेल्या

चाकासारखं एकाच गोष्टीभोवतीच गरगर फिरत राहतं. बाह्य जगात तुम्ही कितीही मेहनत केली तरी कौटुंबिक आयुष्य, पालकत्व, तुमचं कार्यक्षेत्र, आरोग्य किंवा आर्थिक स्तरावर तुम्ही प्रगती साधू शकत नाही आणि तुमच्या प्रगतीचा वेग जितका कमी होतो तितके तुम्ही जास्त असमाधानी राहता.

मानसोपचार पद्धतीमध्ये असं लक्षात येतं की, रुग्णाच्या मनात कोणतातरी एकच मोठा बाधक विचार खोल दडून बसलेला असतो. तोच विचार प्रसंगानुरूप कधी राग, कधी निराशा, चिडचिड, स्वार्थ, उद्दामपणा, असुरक्षितता आणि आपण अयोग्य असल्याचा न्यूनगंड– अशा विविध भावनांना जन्म देत असतो. मानसोपचाराची संपूर्ण प्रक्रिया म्हणजे रुग्ण आणि मानसोपचार तज्ज्ञ या दोघांनीही हळूहळू रुग्णाच्या दु:खाचा एकेक पदर अलगद सोडवत जाणं आणि अखेरीस रुग्णाच्या दु:खाचं मूळ कारण असलेल्या आणि रुग्णाच्या आयुष्यातील प्रगतीमध्ये मोठी बाधा ठरलेल्या विचारापर्यंत पोहोचणं. एकदा तो विचार समजला आणि त्यावर काम केलं गेलं की रुग्ण लगेचच त्याच्या त्रासातून मुक्त होतो.

आता हे करा

आपल्या भूतकाळाचा विचार करा आणि ज्यामुळे आजही तुम्हाला अपराधी वाटेल, राग येईल किंवा आपण अयोग्य असल्याची भावना मनात येईल अशी एखादी घटना आठवा. स्वत:ला विचारा की, त्या वेळी परिस्थिती कशी होती? जर तुम्ही मनानं त्या काळात जाऊ शकलात आणि त्या काळातल्या 'स्वत:'शी बोलू शकलात तर तुम्ही स्वत:ला काय सल्ला द्याल आणि ती परिस्थिती कशी समजून घ्याल? एरवी शिकायला मिळाली नसती अशी कोणती गोष्ट त्यावेळी तुम्ही शिकलात? त्या अनुभवाचं मूल्य किंवा त्याला लाभलेली रूपेरी किनार तुम्हाला जाणवली का?

इतरांची क्षमा मागा

क्षमाशीलतेच्या अखेरच्या टप्प्यावर आपल्या अहंकारावर प्रचंड नियंत्रण आणि आत्मविश्वास आवश्यक असतो. कारण, आता तुम्ही ज्यांना दुखावलं आहे त्यांची क्षमा मागायची आहे.

आपल्या कृतीचं समर्थन करणं, एखाद्याविषयी मत बनवणं, अति संवेदनशील असणं आणि तार्किक विचार करणं यामुळे कोणाची क्षमा मागणं कठीण वाटू शकतं. पण, आजही त्रासदायक ठरणाऱ्या पूर्वीच्या एखाद्या आठवणीतून तुम्हाला स्वतःला मुक्त करायचं असेल तर संबंधित व्यक्तीची क्षमा मागण्याशिवाय पर्याय नाही.

हे कराच

सुदैवानं ही प्रक्रिया अगदी सोपी आहे. ज्या व्यक्तीला तुम्ही दुखावलेलं आहे तिला आत्ता लगेचच फोन करा आणि म्हणा, ''हॅलो, मी- मला फक्त एवढंच सांगायचं आहे की जे काही घडलं त्यासाठी मी तुमची क्षमा मागत आहे आणि तुम्ही मला क्षमा कराल अशी मला आशा आहे''.

दुसऱ्या व्यक्तीचा प्रतिसाद काय असेल ते महत्त्वाचं नाही. कदाचित, ती व्यक्ती एकदम संतापेल. फोन बंद करेल. पण, कदाचित तुम्हाला आश्चर्यचकित करत ती म्हणेल, ''तू फोन केलास याचा मला खूप आनंद वाटला. मी नक्कीच तुला क्षमा करेन. आपण कुठेतरी मस्त जेवायला जाऊ या का?''

अनेक वर्षं दुरावलल्यो दोघांमधल्या एकाकडे 'मला क्षमा कर', असं म्हणण्याचं धाडस असेल तर ते दोघं जण पुन्हा एकत्र येऊन चांगले मित्र होऊ शकतात.

शक्य असेल तर त्या व्यक्तीला प्रत्यक्ष भेटणं आणखी चांगलं. पण ते जमलं नाही तर त्या व्यक्तीची क्षमा मागण्यासाठी कमीतकमी त्या व्यक्तीला पत्र तरी लिहू शकता किंवा ई-मेल करू शकता.

मोह टाळा

क्षमा मागण्यासंबंधी एक महत्त्वाचा मुद्दा : क्षमा मागताना स्वतःची बाजू सांगण्याचा, स्वतःचा बचाव करण्याचा किंवा त्या वेळच्या आपल्या वागण्याचं समर्थन करण्याचा मोह टाळा. फक्त, ''मला क्षमा करा'', एवढं म्हणून सोडून द्या. जर तुम्ही तुमच्या वागण्याचं स्पष्टीकरण द्यायला लागलात आणि तर्क करू लागलात तर तुम्ही, 'पाऊल मागे घेण्या'चा

धोका असतो आणि स्वत:ला मुक्त करण्यासाठी क्षमा मागण्याचा उद्देशच सफल होत नाही.

अखेरीस, जर तुम्हाला आवश्यक आणि योग्य वाटलं तर त्या व्यक्तीचं जे नुकसान झालं असेल त्याबद्दल भरपाई देण्याची किंवा परतफेड करण्याची तयारी दाखवा. उदारता दाखवा.

एक गोष्ट लक्षात ठेवा, आयुष्यात तुम्ही अनेक चुका कराल; पण, तुम्ही कधीच 'खूप चांगले' किंवा 'अगदी न्यायी' होऊ शकत नाही.

स्वत:ला आणि इतरांना नेहमी तत्काळ क्षमा करण्याच्या आणि इतरांविषयी मनात आकस न धरता नकारात्मक भावनांना थारा न देण्याच्या वृत्तीमुळे तुम्ही समस्यांतून बाहेर पडू शकता. क्षमाशीलता तुम्हाला मुक्त करते, तुमच्यातल्या ऊर्जेला मोकळी वाट करून देते आणि तुम्हाला सर्वार्थानं सकारात्मक व्यक्ती घडवते. क्षमाशील होण्याचा प्रयत्न करा आणि फरक बघा.

आता हे करा

आजही ज्या व्यक्तीची आठवण येताच राग येतो आणि नकारात्मकता जागी होते अशा तुमच्या भूतकाळातल्या एखाद्या व्यक्तीला निवडा. आजही विसरता न येणारी एखादी अतिशय वाईट आठवण निवडा.

त्या व्यक्तीचा, तिच्याविषयीच्या रागाचा आणि ती दोषी असल्याचा तुमचा समज या सगळ्याचा वापर स्वत:ची परीक्षा घेण्यासाठी करा. त्या क्षणापासून पुढे नेहमीच जेव्हा जेव्हा त्या व्यक्तीची आठवण येईल, तेव्हा तिला क्षमा करा. जे काही घडलं होतं त्यासाठी काही प्रमाणात तुम्ही स्वत:सुद्धा जबाबदार होतात हे मान्य करा. त्या व्यक्तीविषयी मनात असलेला राग, आणि नकारात्मक भावना पूर्णपणे निघून जाईपर्यंत त्या व्यक्तीची आठवण येताच तिच्यासाठी प्रार्थना करा, तिचं शुभ चिंतन करा आणि तिला क्षमा करत रहा.

आता, तुम्हाला आजही ज्यांचा राग येतो अशा सर्व लोकांची यादी करा. जोपर्यंत तुम्हाला पूर्णत: शांत, हलकं आणि मोकळं वाटत नाही, तोपर्यंत त्या यादीतल्या एकेका व्यक्तीला क्षमा करत जा.

१२

सकारात्मक व्यक्तिमत्त्व घडवण्याच्या सात क्लृप्त्या

तुमच्या आहाराचा तुमच्या आरोग्यावर आणि शारीरिक शक्तीवर खूप मोठा परिणाम होत असतो. जर तुम्ही सर्व प्रकारचं ताजं, पोषक आणि उत्तम दर्जाचं अन्न सेवन करत असाल आणि तुमच्या आरोग्यासाठी अयोग्य असलेला आहार टाळत असाल, तर तुमची शारीरिक शक्ती वाढेल, रोगप्रतिकारक शक्ती सुधारेल, शांत झोप लागेल आणि तुम्हाला उत्साही आनंदी वाटू लागेल.

त्याचप्रमाणे, तुम्ही तुमच्या मनाला ज्या प्रकारचा आहार देता त्यानुसार तुमचं चारित्र्य, तुमचं व्यक्तिमत्त्व घडत असतं आणि तुमच्या आयुष्यात घडणाऱ्या बहुतेक घटना त्यावरूनच ठरत असतात. जेव्हा तुम्ही तुमच्या मनाला चांगला विचार देणारी पुस्तकं, चर्चा, श्राव्य कार्यक्रम यांच्या द्वारे सकारात्मक कल्पना आणि विचार पुरवता तेव्हा तुम्ही स्वत:चं व्यक्तिमत्त्व अधिक सकारात्मक आणि प्रभावी बनवत असता. त्यामुळे तुम्ही अधिक परीणामकारक ठरता आणि एखाद्या गोष्टीत सातत्य राखू शकता. तुमचा आत्मविश्वास दुणावतो आणि आत्मसन्मान वाढतो.

''लोकांना त्यांच्यामधल्या स्वयंशक्तीचा शोध घेण्यासाठी मार्गदर्शन करून त्यांना अधिकाधिक प्रेरित होण्यासाठी मदत करा.''

पॉल जी. थॉमस

जे लोक संगणकावर काम करतात, ते 'GIGO' किंवा Garbage in, Garbage out' ही क्रिया वापरत असतात. पण त्याचा अर्थ उलटही होऊ शकतो. अर्थात, 'Good in, Good out'.

जेव्हा तुम्ही स्वतःच्या मनावर संपूर्ण नियंत्रण मिळवून, आतापर्यंत तुमच्या विकासात बाधा ठरणारे सर्व नकारात्मक विचार काढून टाकण्याचा स्पष्ट, निःसंदिग्ध निर्णय घेता आणि सर्वार्थानं सकारात्मक व्यक्ती होता, तेव्हाच खऱ्या अर्थानं तुम्ही स्वतःमध्ये परिवर्तन घडावून आणू शकता.

स्वतःला शक्य तितकं उत्तम घडवा

मानसिक स्वास्थ हे शारीरिक स्वास्थ्याइतकंच महत्त्वाचं असतं. योग्य प्रशिक्षण आणि सराव याद्वारे तुम्ही उच्च स्तरीय आत्मसन्मान आणि सकारात्मक वृत्ती प्राप्त करून घेऊ शकता. तशा प्रकारचं संपूर्णतः सकारात्मक व्यक्तिमत्त्व घडवण्यासाठी खालील सात गोष्टी आवश्यक आहेत :

१. *सकारात्मक स्वसंवाद* – स्वतःशी संवाद साधताना सकारात्मक रहा; आपल्या अंतर्मनाशी होणाऱ्या संवादावर नियंत्रण ठेवा. सकारात्मक, वर्तमानाशी संबंधित आणि वैयक्तिक विधानांचा उल्लेख करा : ''मी मला आवडतो/आवडते!'', ''मी हे करू शकेन!'', ''मला खूप छान वाटत आहे!'', ''मी जबाबदार आहे!''

दिवसभरात तुम्ही स्वतःशी ज्या प्रकारे संवाद साधता त्यावर तुमच्या ९५% भावना अवलंबून असतात याची खात्री बाळगा. पण, वाईट गोष्ट म्हणजे तुम्ही कधीही स्वतःशी जाणीवपूर्वक आणि सावधानतेनं सकारात्मक आणि रचनात्मक संवाद साधत नाही. त्यामुळे आपोआपच तुमच्या मनात स्वतःला दुःख देणारे आणि चिंताग्रस्त करणारे विचार येत राहतात.

आधी सांगितल्याप्रमाणे, तुमचं मन हे एखाद्या उद्यानासारखं आहे. तुम्ही जर तिथे जाणीवपूर्वक सुंदर फुलांची लागवड करून त्यांची योग्य ती देखभाल केली नाही तर काही प्रयत्न न करता आपोआपच तिथे तण उगवून येईल.

२. *सकारात्मक दृश्यात्मकता :* तुमच्याकडे असणारी सर्वांत मोठी क्षमता म्हणजे आपली ध्येयं पूर्णत्वाला गेली आहेत अशी कल्पना करणं आणि ती मनातल्या मनात पूर्णत्वाला जाताना बघणं.

तुमची ध्येयं आणि तुम्हाला अपेक्षित असलेलं आदर्श आयुष्य याविषयी स्पष्ट आणि आनंदोत्साही दृश्य तयार करा आणि मनातल्या मनात ते वारंवार बघत रहा. जसजसं तुमच्या मनातलं चित्र विकसित होत जाईल तसतसं तुमचं आयुष्यही विकसित होत राहील. तुम्ही स्वत:ला 'आतमध्ये' जसं बघाल तसेच तुम्ही 'बाहेर'ही दिसू लागाल.

३. *सकारात्मक लोक :* आपण कोणत्या प्रकारच्या लोकांबरोबर राहायचं, काम करायचं आणि कोणाशी जोडलं जायचं, याचा तुम्ही घेतलेला निर्णय तुमच्या भावनांना आणि यशस्वितेला अन्य कोणत्याही घटकाहून अधिक प्रभावित करत असतो. त्यामुळे आजच ठरवा, की आता आपण जेत्यांबरोबर अर्थात- सकारात्मक, आनंदी, आशावादी आणि एक निश्चित ध्येय गाठण्याचा ध्यास घेतलेल्या लोकांबरोबर राहायचं आहे.

नकारात्मक लोकांना प्रकर्षानं टाळा. कारण, नकारात्मक लोक हे आयुष्यातल्या बहुतांशी त्रासाचं प्राथमिक कारण असतात. आज- आत्तापासून आपण आपल्या आयुष्यात त्रासदायक आणि नकारात्मक लोकांना स्थान द्यायचं नाही, असा निश्चय करा.

४. *सकारात्मक मानसिक आहार :* ज्याप्रमाणे तुम्ही जितका पोषक आणि उत्तम आहार घ्याल तितकं तुमचं शारीरिक आरोग्य उत्तम राहतं, त्याप्रमाणेच तुम्ही तुमच्या मनाला 'भावनिक कँडी' देण्याऐवजी 'भावनिक प्रथिनं' किती प्रमाणात देता, त्यावर तुमचं मन किती सशक्त आहे ते ठरत असतं.

शैक्षणिक, प्रोत्साहक आणि प्रेरणा देणारी चांगली पुस्तकं, मासिकं आणि लेख वाचा. तुमचा विकास घडेल आणि तुम्हाला आनंद लाभून तुमचा स्वत:वरचा तसंच जगावरचा विश्वास वाढेल अशा तुम्हाला पुढे घेऊन जाणाऱ्या विविध प्रकाच्या माहितीनं आणि सकारात्मक कल्पनांनी मनाचं पोषण करा.

कारमध्ये आणि तुमच्या एमपी ३ प्लेअरवर किंवा आयपॉडवर सकारात्मक आणि रचनात्मक विचार देणारे श्राव्य कार्यक्रम ऐका. अधिक उत्तम काम करत आपल्या कार्यक्षेत्रात अधिक सक्षम आणि स्पर्धायोग्य होण्यासाठी आपल्या मनाला सतत सकारात्मक संदेश देत रहा.

तुमचं ज्ञान वाढवणाऱ्या आणि तुम्हाला स्वत:विषयी तसंच स्वत:च्या आयुष्याविषयी आनंद देणाऱ्या सकारात्मक शैक्षणिक डीव्हीडी, टीव्हीवरचे शैक्षणिक कार्यक्रम, ऑनलाइन कोर्सेस इत्यादी सर्वांगीण विकास घडवणाऱ्या अन्य साहित्याचा लाभ घ्या.

५. *सकारात्मक प्रशिक्षण आणि विकास :* आपल्या समाजात बहुतेक प्रत्येक जण मर्यादित साधनसुविधांनी आणि कधीकधी तर पैशांचं पाठबळ अजिबात नसाताना आयुष्य सुरू करत असतो. मग, छोटंमोठं काम करत परिस्थिती अनुकूल करून घेतली जाते. आज यशाची शिखरं गाठलेले बरेच लोक एके काळी अगदी तळागाळाशी होते आणि कित्येकदा शिखरं काबीज करताना अनेकदा पुन्हा तळाशी येऊन पडले होते.

आयुष्यभराची शिकवण आणि वैयक्तिक विकास यांतून घडलेले चमत्कारच तुम्हाला गरिबीतून श्रीमंतीकडे, अपयशातून यशाकडे आणि आर्थिक सुबत्तेकडे नेत शून्यातून विश्व उभारायला मदत करत असतात. जिम रॉन यांनी म्हटल्याप्रमाणे, ''औपचारीक शिक्षण तुम्हाला जगायला मदत करेल; तर स्वयंशिक्षण तुम्हाला समृद्धी देईल.''

जेव्हा तुम्ही शिक्षण आणि विकास यांद्वारे आपले विचार आणि कृती अधिक उत्तम आणि प्रभावी करण्यासाठी स्वत:ला वाहून घेता, तेव्हा तुम्ही स्वत:च्या जीवनावर पूर्ण नियंत्रण मिळवता आणि नाट्यमय रीतीनं स्वत:ला वेगात यशोशिखराकडे घेऊन जाता.

६. *उत्तम आरोग्यासाठी चांगल्या सवयी :* आपल्या शरीराची उत्तम काळजी घ्या. आजच निश्चय करा की तुम्ही ऐंशी, नव्वद वर्षं जगलात किंवा वयाची शंभरी गाठली तरी मजेत नृत्य करण्याइतके सक्षम राहणार आहात.

उत्तम दर्जाचं, स्वास्थ्यवर्धक, पोषक अन्न खा आणि ते योग्य वेळी संतुलित प्रमाणातच खा. उत्तम आणि पोषक आहार तत्काळ आपल्या विचारांवर आणि भावनांवर सकारात्मक परीणाम घडवून आणतो.

नियमित व्यायाम करण्याचा निश्चय करा. चालणं, धावणं, पोहणं, सायकल चालवणं किंवा व्यायामशाळेतल्या साधनांच्या मदतीनं व्यायाम करणं, इत्यादी प्रकारे आठवड्याला कमीतकमी दोनशे मिनिटं व्यायाम करा. तुम्ही नियमित व्यायाम करू लागलात की तुम्हाला उत्साही आणि स्वस्थ वाटेल. त्यामुळे, संध्याकाळभर कोचावर बसून टीव्ही बघणाऱ्या माणसापेक्षा तुम्हाला ताण आणि थकवाही कमी जाणवेल.

महत्त्वाचं म्हणजे पुरेशी विश्रांती घ्या आणि आराम करा. कारण, तुम्हाला तुमच्या मनोशरीराची बॅटरी नियमितपणे आणि विशेषत: जेव्हा तुम्ही एखाद्या तणावातून किंवा अडचणीतून जात असता तेव्हा चार्ज करत राहावी लागते. व्हिन्स लोंबार्डी एकदा म्हणाले होते की, थकवा आपल्याला भित्रं बनवतो.

आपल्यामध्ये कोणत्याही प्रकारच्या नकारात्मक भावनांची सुरुवात करून देणाऱ्या घटकांमधले काही घटक म्हणजे, आरोग्यविषयक आणि खाण्यापिण्याच्या चुकीच्या सवयी, थकवा, नियमित व्यायामाचा अभाव आणि अखंडित काम. त्यामुळे आयुष्यात काम आणि आराम यांत संतुलन साधा.

७. *सकारात्मक अपेक्षा :* सकारात्मक व्यक्तिमत्त्व घडवण्यासाठी आणि आयुष्यात चांगल्या गोष्टी घडतील अशी आशा करत सकारात्मक परीणाम दिसून येण्यासाठी प्रभावशाली तंत्रांमधलं एक तंत्र, सकारात्मक अपेक्षा करणं हे आहे.

तुमच्या अपेक्षाच स्वयंपूर्ण होऊन प्रत्यक्षात उतरतात. तुम्ही ज्या काही अपेक्षा करता त्या पूर्ण विश्वासानं केल्या तर त्या खऱ्या होतात.

तुमच्या अपेक्षा तुम्ही ठरवू शकता. त्यामुळे तुम्ही नेहमी चांगल्याच अपेक्षा करायला हव्यात. यशस्वी होण्याची अपेक्षा करा. नव्या लोकांना भेटाल तेव्हा लोकप्रिय होण्याची अपेक्षा ठेवा. मोठी ध्येयं निश्चित करा, ती पूर्ण होण्याची आणि स्वत:साठी एक सुंदर आयुष्य आकाराला आणण्याची अपेक्षा करा. जेव्हा तुम्ही सतत काही चांगलं घडण्याची अपेक्षा करता तेव्हा तुमच्या अपेक्षा तुम्हाला क्वचितच निराश करतात.

सारांश

कृतिशील होण्यातच सर्वकाही सामावलेलं आहे

कृतिशील होण्यातच सर्वकाही सामावलेलं आहे! आजच निश्चय करा की समस्यारूपी बेडकांना आपलंसं करून आपण आयुष्यातल्या नकोशा परिस्थितीला सामोरं जायचं आहे आणि स्वत:ला पूर्णपणे सकारात्मक, आनंदी आणि निरोगी व्यक्ती घडवायचं आहे.

- तुम्हाला नकारात्मक भावनांच्या गाळात रुतवून ठेवणारे नकारात्मक लोक, नकारात्मक परिस्थिती आणि नकोशा आठवणी वेळीच ओळखा.
- आपण एक चांगली व्यक्ती आहोत आणि आपल्यामध्ये असामान्य जीवन जगण्यासाठी आवश्यक अशा भरपूर क्षमता आहेत, हे समजून घ्या आणि मान्य करा.
- आयुष्यात कोणतीही प्रतिकूल परिस्थिती आली तरी तिचा सामना करायचा आणि त्यातून कायमसाठी बाहेर पडायचं, असा निश्चय आजच करा.
- आपल्या मनात नकारात्मक भावना, विशेषत: राग येण्याची कारणं शोधून काढा आणि प्रत्येक बाबतीतली विचारप्रक्रिया

बदलण्याची सुरुवात करा. जबाबदारीची जाणीव हा तुमच्या व्यक्तिमत्त्वाचा अविभाज्य भाग होईपर्यंत, 'मी जबाबदार आहे', हे शब्द वारंवार मनात घोळवत रहा.

कोणत्याही गोष्टीसाठी कोणावरही टीका करणं, कोणाचाही निषेध करणं किंवा कोणालाही दोष देणं टाळा. त्याऐवजी, तुमच्या बाबतीत घडलेल्या किंवा पुढे घडणाऱ्या सर्व गोष्टींची संपूर्ण जबाबदारी स्वीकारा.

बिनाशर्त स्वत:चा स्वीकार करा आणि 'मी मला आवडतो/आवडते', हे रोज म्हणत राहून स्वत:चा आत्मसन्मान वाढवा.

आयुष्यात आपल्याला नक्की काय हवं आहे ते ठरवा आणि मग सतत त्याविषयी विचार करा आणि त्याची चर्चा करा. तुमच्यासाठी महत्त्वाची असलेली एखादी गोष्ट मिळवण्याच्या प्रयत्नां स्वत:ला इतकं व्यग्र करा, की तुमच्या वाटेत बाधा निर्माण करणाऱ्या विचारांना वेळच मिळणार नाही.

अपराधीपणाच्या भावनेमुळे कोणी तुमचा गैरफायदा घेऊन नये आणि तुमच्याकडूनही कोणाचा गैरफायदा घेतला जाऊ नये- म्हणून स्वत:ला अपराधीपणाच्या भावनेतून मुक्त करा.

प्रत्येक समस्येतून, अडचणीतून किंवा तुमच्या समोर आलेल्या प्रतिकूल परिस्थितीतून काही चांगलं शोधायचा प्रयत्न करा. प्रत्येक वेळी तुम्हाला काही ना काही फायद्याची गोष्ट आढळून येईलच.

प्रत्येक नुकसानातून किंवा अडथळ्यातून काही महत्त्वाचा धडा घ्या आणि प्रत्येक समस्येतून, तुम्हाला हाताळाव्या लागणाऱ्या अडचणींमधून काही शिकण्याचा प्रयत्न करा.

तुम्हाला भेटलेल्या प्रत्येक व्यक्तीला, ती जगातली सर्वांत महत्त्वाची व्यक्ती असल्यासारखी, एखाद्या सुंदर राजकुमारीसारखी किंवा देखण्या राजकुमारासारखी वागणूक द्या.

स्वत:ला पूर्ण सकारात्मक करण्यासाठी सात क्लृप्तींचा वापर करा आणि तुम्ही जे काही करण्यासाठी सक्षम आहात ते करण्याकरता स्वत:मधल्या सर्व संभाव्य क्षमतांना मुक्त वाट करून द्या.

तुम्ही एक आंतर्बाह्य चांगली व्यक्ती आहात. तुम्ही यशस्वी होण्यासाठी निर्मिले गेले आहात आणि महान होण्यासाठी घडवले गेले आहात. शतजन्म पुरेल एवढी बुद्धिमत्ता आणि क्षमता तुमच्यामध्ये सामावलेली आहे. जर एखादी गोष्ट तुम्हाला दीर्घ काळापासून, मनापासून हवी असेल आणि त्यासाठी मेहनत करण्याची तुमची तयारी असेल, तर तुम्हाला अशक्य असं या जगात काहीच नाही.

जेव्हा तुम्ही तुमचा भावनिक गुंता सोडवायला शिकता, ज्या लोकांनी काही कारणानं तुम्हाला कधी दुखावलं असेल त्या प्रत्येकाला क्षमा करू लागता आणि वैयक्तिक तसंच व्यावसायिक नातेसंबंध जपण्यासाठी सक्षम होता तेव्हा तुम्ही स्वत:च्या नियतीवर पूर्ण नियंत्रण मिळवता. त्यामुळे तुमच्यामधल्या सर्व क्षमता, गुणवत्ता वाढतात आणि त्यामुळे तुम्हाला आरोग्य, आनंद, नात्यांमधलं प्रेम आपुलकी याचा भरपूर लाभ मिळतो. तुम्ही अधिकाधिक यश मिळवत राहता आणि पूर्ण समाधान प्राप्त करून घेता.

आभार

आम्ही दोघंही प्रकाशकांना धन्यवाद देत आहोत. जीवन शिवासुब्रमण्यम यांनी या पुस्तकासाठी केलेल्या महत्त्वाच्या सूचना आणि पुस्तकाला साहाय्यक ठरणाऱ्या गोष्टी सुचवण्यासाठी आम्ही त्यांचे आभारी आहोत. त्याबरोबरच क्लो पार्क, ज्यूली पिंकरटन, एड्रीयन रस, क्रिस मॉरीस आणि ब्रिटा एडकिंसन या आमच्या आधीच्या सम ीक्षकांचेही आम्ही आभार मानत आहोत. त्यांनी व्यक्त केलेले विचार आणि सूचना या हे पुस्तक उत्तम घडवण्यासाठी आणि प्रत्यक्षात आणण्यासाठी बहुमूल्य आहेत. ज्यांचे विचार आणि प्रेरणा या पुस्तकात समाविष्ट करण्यात आले आहेत, त्या निर्मितीशी जोडल्या गेलेल्या आमच्या सर्व हितचिंतकांना आम्ही धन्यवाद देत आहोत.

मी ब्रायन, ५८ देशांमधल्या माझ्या कोट्यवधी विद्यार्थ्यांना धन्यवाद देतो, ज्यांनी हे विचार आत्मसात केले आहेत आणि त्यांना जसं उत्तम व्यक्तिमत्त्व धारण करणं आवश्यक होतं, तसं व्यक्तिमत्त्व घडवण्यापासून रोखणाऱ्या नकारात्मक धारणा आणि भावनांपासून मुक्ती मिळवली आहे.

१९८१मध्ये आम्ही या विचारांची शिकवण देण्यासाठी सेमिनार आणि वर्कशॉप्सच्या आयोजनाला सुरुवात केली, तेव्हापासून माझ्याबरोबर काम करणाऱ्या माझ्या प्रिय पत्नीला, बार्बाराला मी विशेष धन्यवाद देतो. या पुस्तकातले विचार प्रभावी पद्धतीनं व्यक्त करण्यासाठी बार्बाराला मनोविज्ञान आणि व्यक्तिमत्त्व विकासासंबंधी असलेल्या ज्ञानाचा खूपच उपयोग झाला आणि जगभरातल्या लोकांना ते सहज सुलभ झाले.

मी क्रिस्टीना, मला प्रोत्साहन देणाऱ्या, मला आव्हान देणाऱ्या आणि माझ्यावर प्रेम करणाऱ्या सर्वांना मी धन्यवाद देते. त्यांच्यामध्ये सर्वप्रथम आहेत माझे आई, बाबा, मायकल, ताशा, डेव्हिड, सारा आणि केट आणि मग आहेत माझ्या दुसऱ्या परिवारातले जॅक, लॅरी, स्कॉट, जीजी, मिस्टर जीजी, डेनियल आणि माझी मोठी बहीण जी मला सर्वांत प्रिय आहे.

माझ्यातल्या क्षमता आणि गुण ओळखणाऱ्या माझ्या प्रिय मैत्रिणी निकी राईन आणि मीना न्यूबर्ग यांनाही मी धन्यवाद देते; मी जितकी छान घडू शकते तितकं छान घडण्यासाठी त्या मला नेहमी प्रेम आणि प्रोत्साहन देत असतात. मानव विकास आणि मनोविज्ञान यामधल्या अद्भुत सिद्धान्तांवर प्रश्न विचारायला, ते आजमावून पाहायला, त्यावर विश्वास ठेवायला आणि ते आत्मसात करायला शिकवणाऱ्या माझ्या सर्व मार्गदर्शकांना मी धन्यवाद देते. प्रतिकूल परिस्थितीच्या दलदलीतून बाहेर येण्यासाठी आणि आव्हानरूपी बेडकांना आपलंसं करण्यासाठी मला मार्गदर्शन करणाऱ्या डेबी कूलार्ड, एस्ट्रिड श्वार्ट्झ आणि पॉल चेक तसंच जॉसी केली यांचेही मी आभार मानते. अर्थातच, माझे बाबा ब्रायन आणि आई बार्बारा यांना मी विशेष धन्यवाद देते. त्यांनी त्यांच्या बुद्धिमत्तेनुसार मला आत्मविश्वास आणि दृढ विश्वास बाळगणारी जिद्दी स्त्री म्हणून घडवलं. माझ्या ज्ञानावर आणि क्षमतांवर पूर्ण विश्वास ठेवण्यासाठी त्यांचे मी खूप खूप आभार मानते. या पुस्तकाची सहलेखिका होता आल्यामुळे मी आनंदित आहे.

लेखकद्वयींचा परिचय

ब्रायन ट्रेसी ब्रायन ट्रेसी हे व्यावसायिक वक्ता, प्रशिक्षक, परिसंवाद संचालक आणि समन्वयक आहेत. कॅलिफोर्नियामधील सोलाना बीच इथे स्थित ब्रायन ट्रेसी इंटरनॅशनल, या प्रशिक्षण-समुपदेशन संस्थेचे ते संचालक आहेत.

ब्रायन यांनी अतिशय कष्टानं आपली कारकिर्द घडवली आहे. त्यांनी पदवी घेण्यापूर्वीच औपचारिक शिक्षण सोडलं आणि अनेक वर्षं मजुरी केली. विशीच्या वयात विक्रेता म्हणून काम सुरू केल्यावर हळूहळू ते व्यवसायात पुढे जात राहिले. कामादरम्यान त्यांना अवगत होत गेलेली प्रत्येक कल्पना, पद्धत आणि तंत्रं यांचा अभ्यास करत आणि योग्य प्रकारे वापर करत ते प्रगती करत गेले आणि २७६ लाख डॉलर्सची उलाढाल असलेल्या एका विकसक कंपनीचे प्रमुख कार्यकारी अधिकारी म्हणून नियुक्त केले गेले.

१९८१मध्ये देशभरात त्यांनी आपल्या व्याख्यानांमधून आणि परिसंवादांमधून यशस्वितेसाठी आवश्यक तत्त्वांचं शिक्षण द्यायला सुरुवात केली. आज त्यांनी लिहिलेल्या पुस्तकांचे, श्राव्य आणि दृकश्राव्य कार्यक्रमांचे अडतीस भाषांमध्ये अनुवाद केले गेले आहेत आणि अठ्ठावन्न देशांमध्ये त्यांच्या व्यावसायिक तत्त्वांचा उपयोग केला जात आहे.

Eat That Frog!, Goals!, Maximum Achievement, Advanced Selling Strategies, Focal Point आणि The 100 Absolutely Unbreakable Laws of Business Success या लोकप्रिय पुस्तकांसह त्यांनी प्रचंड खप असलेल्या पन्नासहून अधिक पुस्तकांचं लेखन केलं आहे. त्यांनी दृकश्राव्य माध्यमातून शिक्षण देणाऱ्या पाचशेहून अधिक कार्यक्रमांचं लेखन आणि निर्मिती केली आहे आणि त्या कार्यक्रमांना जगभरातून मोठी मागणी आहे.

ब्रायन सुखाचं वैवाहिक आयुष्य व्यतीत करत आहेत आणि त्यांना चार अपत्यं आहेत. कॅलिफोर्नियामधील सोलाना बीच इथे राहणारे ब्रायन ट्रेसी हे सामाजिक कार्यामध्येही सक्रिय असतात.

क्रिस्टीना ट्रेसी स्टेन – क्रिस्टीना यांनी युनिव्हर्सिटी ऑफ सदर्न कॅलिफोर्निया इथून कला शाखेत शिक्षण घेऊन मानसशास्त्रामध्ये पदवी मिळवली आहे आणि एँटीऑक युनिव्हर्सिटीमधून वैद्यकीय मानसशास्त्रामध्ये प्रावीण्य मिळवलं आहे. कॅलिफोर्निया बोर्ड ऑफ बिहेव्हिअरल सायन्सेस या संस्थेतर्फे वैवाहिक आणि कौटुंबिक समस्या उपचारक म्हणून त्यांनी सनद प्राप्त केली आहे. अमेरिकन असोसिएशन ऑफ मॅरेज अँड फॅमिली थेरपी तसंच कॅलिफोर्निया असोसिएशन ऑफ मॅरेज अँड फॅमिली थेरपी या दोन्ही संस्थांच्या मानद सदस्य असलेल्या क्रिस्टीना ट्रेसी या एक प्रमाणित न्यूट्रिशिअन अँड लाइफस्टाइल कोच म्हणूनही कार्यरत आहेत.

खासगी व्यवसाय सुरू करण्यापूर्वी क्रिस्टीना यांनी कॅलिफोर्नियामधील बेव्हर्ली हिल्स इथल्या मेपल काउंसिलिंग सेंटर इथे काम केलं आहे. तिथे त्या Intake and Assessment, Adult Counseling, Group Programs मध्ये सहभागी झाल्या होत्या. त्यांनी आतापर्यंत विविध व्यक्ती, जोडपी आणि समूहांसाठी परीक्षण, मानसोपचार आणि वैयक्तिक समुपदेशनादरम्यान पाच हजारांहून अधिक तास काम केलं आहे.

क्रिस्टीना यांना वैयक्तिक विकास आणि जाणीवनिर्मिती यांसाठी मार्गदर्शन करण्याची आवड असल्यामुळे त्या लोकांना स्वत:मधल्या क्षमता शोधून आपली ध्येयं साध्य करून घेण्यात आणि आयुष्य अधिक प्रेरणादायी करण्यासाठी मदत करण्यावर भर देतात.

क्रिस्टीना वैयक्तिक विकास प्रशिक्षक म्हणून लोकांबरोबर काम करतात, तेव्हा लोकांनी अधिक प्रभावशाली आणि यशस्वी व्हावं यासाठी त्यांच्या आयुष्यातल्या सर्व घटकांचं विश्लेषण करून त्यांच्यासाठी स्पष्ट ध्येय निश्चित करण्याचं काम करतात. त्यासाठी लोकांना आवश्यक दृष्टिकोन आणि व्यावहारिक माहिती देत, प्रत्येक व्यक्तीसाठी उपयोगी ठरेल अशी साधनसुविधा उपलब्ध करून त्या मार्गदर्शन करत असतात.

प्रत्येक माणूस स्वत:चा शोध घेण्यासाठी सक्षम असतो आणि त्या शोधानुसार तो आपल्या क्षमतांचा पूर्ण वापर करून घेऊ शकतो, असं

क्रिस्टीनाला वाटतं. उपचारक, प्रशिक्षक आणि मार्गदर्शक म्हणून काम करताना त्या आपल्या क्लायंटलाही त्यात सहभागी करून घेतात.

कॅलिफोर्नियामधील सांता मोनिका इथे क्रिस्टीना यांचा खासगी व्यवसाय आहे. त्या विवाहित आहेत आणि त्यांना तीन अपत्यं आहेत.

अनुवादक परिचय

इंद्रायणी चव्हाण, १९९१-९२पासून आकाशवाणी आणि दूरदर्शनसाठी लेखन-निवेदन करत आहेत. दिवाळी अंक, वृत्तपत्रं आणि मासिकांमध्ये त्यांचे लेख प्रकाशित झाले आहेत. गेल्या १५ वर्षांपासून त्या हिंदी आणि मराठीमध्ये विविध विषयांसंबंधी अनुवादाचं काम करत आहेत. त्यांनी काही पुस्तकांचेही अनुवाद केले आहेत. त्यांतली छत्रपती शिवाजी महाराजांच्या संघर्षावर आधारित 'झुंज नियतीशी', भारतीय समाज रचनेचा अभ्यासपूर्ण लेखाजोखा 'अर्ली इंडियन्स', श्रीकृष्णाचं बहुआयामी व्यक्तिमत्त्व विषद करणारं 'श्याम' (मराठी) आणि श्री गोरक्षनाथांच्या चरित्रावर आधारित 'शिवगोरक्ष' (हिंदी) ही पुस्तकं प्रकाशित झाली आहेत.

अनुवादकलेविषयी इंद्रायणी चव्हाण म्हणतात, 'अनुवादाच्या निमित्तानं संबंधित विषयाची, साहित्याची ओळख होते, त्यासंबंधी थोडाफार अभ्यास आणि विचारही केला जातो, त्यामुळे अनुवादकानं केलेला प्रत्येक अनुवाद, त्याला एक व्यक्ती म्हणून समृद्ध करत जातो. ज्यांच्यामुळे मला अशी समृद्धी लाभली, त्यांची मी सदा ऋणी असेन.'